சந்தியா
பதிப்பகம்

நான் சிறையில் இருக்கும்படி நேரிடாதுபோனால் இங்கே உழலும் கைதிகளின் பரிதாபகரமான நிலைமை எனக்கு எப்படித் தெரிந்திருக்கும்? என் கண்ணாலேயே பார்த்ததனால் நான் அவர்கள் பால் இரக்கம் கொள்ள நேரிட்டது. இந்த விஷயத்தில் சந்தேகமறச் சொல்லுவேன். நம் நாட்டுச் சித்திரகாரர்களோ, எழுத்தாளர்களோ கொஞ்சகாலமாவது சிறைவாஸம் செய்தால், நம்முடைய கலை, இலக்கியம் யாவும் மிகவும் புதிய பாவனைகளுடன் விருத்தியடையும். காஜி நஜருல் இஸ்லாமின் கவிதைகளில் அவருடைய சிறை அனுபவங்களே மிளிர்கின்றன. தம் காவ்யத்தின் சிறப்பிற்கு அவர் சிறை வாஸத்திற் கல்லவோ கடமைப்பட்டிருக்கிறார்?

இளைஞன் கனவு

நேதாஜியின் சிறைக்கடிதங்கள்

சுபாஷ் சந்திர போஸ்

வங்க மூலத்திலிருந்து தமிழில்
த.நா.குமாரஸ்வாமி

சந்தியா பதிப்பகம்
சென்னை - 83

இளைஞன் கனவு

சுபாஷ் சந்திர போஸ்

தமிழில்

த.நா. குமாரஸ்வாமி

சந்தியா பதிப்பக வெளியீட்டில்
முதற்பதிப்பு: 2015

அளவு : டெமி ● தாள் : 60 gsm ● பக்கம்: 136
அச்சு அளவு : 11 புள்ளி ● விலை : ரூ. 130/-
அச்சாக்கம் : அருணா எண்டர்பிரைஸஸ்
சென்னை - 40.

சந்தியா பதிப்பகம்
புதிய எண் 77, 53வது தெரு, 9வது அவென்யூ,
அசோக் நகர், சென்னை - 600 083.
தொலைபேசி: 044-24896979

ISBN: 978-93-84915-25-4

Ilaignan Kanavu
(Tamil Translation of 'The Dream of Youth and Search for the New'
written by Subash Chandra Bose)

Translated by T. N. Kumaraswamy

Sandhya Imprint
First Edition: 2015

Pages: 136

Printed at Aruna Enterprises.,
Chennai - 40.

Published by
Sandhya Publications
New No. 77, 53rd Street, 9th Avenue, Ashok Nagar,
Chennai - 600 083. Tamilnadu.
Ph : 044 - 24896979

Price Rs.130/-

sandhyapathippagam@gmail.com
sandhyapublications@yahoo.com
www.sandhyapublications.com

SAN - 639

ஒரு சொல்....

1920களில் இந்தியாவின் புகழ்மிகு தேசிய தலைவர்களில் புரட்சிமிகு இளைஞராக இருந்தவர் சுபாஷ் சந்திர போஸ். 38/2 எல்ஜின் ரோடு கல்கத்தா என்ற முகவரியில் பிரிட்டிஷ் போலீஸ் அவரை 1924 அக்டோபர் 25ஆம் நாள் கைது செய்த போது அவருக்கு வயது 27. முதலில் அலிப்பூர் சிறைச் சாலையில் அடைக்கப்பட்டார். பிறகு பெர்காம்பூர் சிறைச் சாலை போஸை வரவேற்றது. அங்கிருந்து பர்மாவுக்கு நாடு கடத்தப்பட்டு மாந்தலே சிறைச்சாலையில் உடல்நலமிழந்து வதைபட்டார். பிரிட்டிஷ் அரசு இவரை உடல் நலசீர் குலைவின் காரணமாக மூன்றுமுறை விடுதலை செய்தது. அதேநேரம் போஸை சுவிட்சர்லாந்துக்கு நாடு கடத்தவும் முயற்சிகள் மேற்கொண்டது பிரிட்டிஷ் அரசு. எலும்புருக்கி நோய் அவரை உருக்குலைத்தது. ஆனால் நெஞ்சுரமிக்க போஸ் மூன்றாண்டு கால சிறைவாசத்தின் போது எண்ணற்ற நூல்களை படித்து வந்தார். பல்வேறு பத்திரிகைகளில் அவரது கட்டுரைகள் பிரசுரமாகி வந்தன. அந்த சில கட்டுரை களின் மொழிபெயர்ப்பே 'இளைஞன் கனவு' என்ற இந்நூலின் முதற்பகுதி. போஸின் மானசீக குருவாகவும் தலைவராகவும் நண்பராகவும் திகழ்ந்தவர் சித்தரஞ்சன் தாஸ். சரத்சந்திரர் இவரது உற்ற தோழர். சிறைக் கொட்டடி யிலிருந்து இவர்களுக்கும் மற்ற தோழர்களுக்கும் போஸ் எழுதிய கடிதங்களின் தமிழ் மொழிபெயர்ப்பு இந்நூலின் இரண்டாம் பகுதியில் இடம் பெற்றுள்ளது. இந்த நூலை வங்க மொழியிலிருந்து மிக நேர்த்தியாக த.நா. குமாரஸ்வாமி மொழிபெயர்த்துள்ளார்.

இந்நூலின் இரண்டாம் பதிப்பு 1947ஆம் ஆண்டு அல்லயன்ஸ் கம்பெனி மூலம் வெளிவந்துள்ளது.

சந்தியா பதிப்பகம்

பொருளடக்கம்

இளைஞன் கனவு ✦ 07
அன்னையின் அழைப்பு ✦ 12
சில முக்கியமான வார்த்தைகள் ✦ 17

கடிதங்கள்

"உன் பொருட்டு இந்தக் களங்கச் சுமையை
வகிப்பதே எனது இன்பம்" ✦ 29
ஸமூகத் தொண்டும் குடிசைத் தொழிலும் ✦ 35
நல்லொழுக்கமும் உயரிய மனப்பான்மையும் ✦ 47
சிறையும் கைதியும் ✦ 58
கக்ஷிச் சண்டையும் வங்காளத்தின் வருங்காலமும் ✦ 70
ஹிந்து - முஸ்லீம் உடன்படிக்கை ✦ 78
சிறை மீளும் பேச்சிற்கு மறுமாற்றம் ✦ 80
வாழ்க்கையின் லக்ஷ்யம் ✦ 91
வட கல்கத்தா வாசிகளுக்கு ஒரு விண்ணப்பம் ✦ 95
தேசபந்து ✦ 104

இளைஞன் கனவு

இந்த உலகில் நாம் ஜன்மம் எடுப்பது எதன் பொருட்டு? ஒரு லக்ஷ்யத்தை ஸாதிப்பதற்காகவே; ஒரு ஸத்யத்தை எடுத்துக் காட்டிப் பரவச் செய்வதற்கே. வையகத்தை ஒளி மயமாக்க, வானில் ஞாயிறு உதயமாகிறது. நறுமணம் எத்திசையும் கமழ்வ தற்காகவே கணக்கற்ற மலர் வகைகள் இப்புவியில் தோன்று கின்றன. அம்ருதமயமான புனலை ஜகத்திலுள்ளோர் உபயோகிக்கு மாறு மலையினின்று இழிந்து ஆறுகள் நாட்டில் புகுந்து கடலை நோக்கி ஓடுகின்றன. ஒரு பெருங்கொள்கையைப் பிரதிஷ்டை செய்வதற்காகவே, இளமையின் பூர்ண இன்பத்துடனும், நிறைந்த ஆத்ம சக்தியுடனும் நாம் இந்த மண்ணுலகில் தோன்றி இருக்கிறோம். தீவிர ஸாதனையின் மூலமாகவும் உயர்ந்த சிந்தனைகளின் வழியாகவும் சளையாத உழைப்பினாலும் பயனற்றுப் போகும் நம் வாழ்வை, அழியாத ஒரு லக்ஷ்யத்தை ஸ்தாபிக்கும் தொழில் ஈடுபடச் செய்யவேண்டும். அதனாலேயே நம் வாழ்நாள் அர்த்தமுடையதாகின்றது.

இவ்வுலகத்தவர் இன்புற்றிருக்கும்படி செய்வதற்கே இளமையின் வெள்ளத்தில் நாம் மிதந்து வருகிறோம். காரணம்; நாம் எல்லையற்ற ஆனந்தத்தின் ஸ்வரூபங்கள்; அழியா இன்பத்தின் வடிவங்களாக நாம் உலவுகிறோம். இளமையின் வரம் பெற்று, இந்தப் பெருக்கில் நாம் மூழ்கியிருக்கிறோம். உலகத்தையும் நம் வழிபடச் செய்வோம். நாம் போகும் திசையெங்கும், துக்கமெனும் இருள் ஓடி ஒளியும்; நம்முடைய

ஜீவ வேகத்தின் பரிசம் பட்டு ரோக சோக தாபங்கள் யாவும் விலகி நிற்கும்.

துயரே நிரம்பிய இந்த மாநிலத்தில் நாம் பேரானந்தப் பிரவாஹத்தைக் கொண்டு வருவோம்.

நம்பிக்கை, உத்ஸாஹம், தியாகம், வீரியம் இவ்வரிய குணங்களுடன் நாம் அவதரித்திருக்கிறோம். உலகத்தை மீண்டும் சிருஷ்டிப்பதற்காகவே வந்துள்ளோம். ஏனென்றால் படைப்பில் தான் உண்மையான இன்பம் இருக்கிறது! மனோ வாக்குக் காயம் இம்மூன்றையும் அர்ப்பணம் செய்து, சிருஷ்டிக்கும் தொழிலைச் செய்வோம். நம்மிடத்தில் திகழும் ஸத்யத்தையும் அழகையும் மங்களத்தையும் நாம் படைக்கும் ஒவ்வொரு பொருளிலும் பூர்ணமாக மலரச் செய்வோம். ஆத்ம ஸமர்ப்பணத்தினால் ஏற்படும் உவகையிலேயே நாம் மெய்ம்மறந்திருப்போம். நம்முடைய ஆனந்தச் செருக்கினால் உலகத்தவர் பாக்கியம் பெற்றவராவார்கள்.

உலகத்தினின்று நாம் ஒன்றும் பெற்றுக்கொள்ள வில்லை. ஆனால் இளமையையும் உழைப்பையம் உதவுவதில் நாம் சற்றும் பின்னடையோம். நம்முடைய தொழிலுக்கு ஓய்வென்பதே இல்லை.

> யத தேபோ ப்ராண வஹே ஜாபே ப்ராண
> புராபே நா ஆர ப்ராண;
> ஏதொ கதா ஆசே ஏதொ கான ஆசே
> ஏதொ ப்ராண ஆசே மோர;
> ஏதொ ஸுக ஆசே ஏதொ ஸாத ஆசே
> ப்ராண ஹயே ஆசே போர![1]

வரையற்ற நம்பிக்கையும் குலையாத ஊக்கமும் மங்காத தேஜஸும் எதற்கும் அடங்காத பொறையும், நம்முடன் பிறந்தவை. நம் வாழ்வின் ஓட்டத்தைத் தகைபவர் எவரேனும்

---

1. உயிரைக் கொடுக்கக் கொடுக்க நம் உயிர் பெருகும். எவ்வளவோ (உண்மை) சொல்ல வேண்டியிருக்கின்றது. எவ்வளவோ (விடுதலையின்) இசைநம்மிடமிருந்து வெளிப்பட இருக்கிறது. ஆத்ம சக்தி என்றும் குன்றாது இருப்போம். இன்பமே எந்நாளும்; கடின ஸாதனைகளைச் செய்வதே நமது கடமை. இந்தத் தொழிலிலேயே லயித்து என்றென்றும் இருக்கும் நமது ஜீவன்.

உளரோ? அவநம்பிக்கை, நிராசை என்ற பெரிய பர்வதங்கள் நம்மை வழி மறைத்து நின்ற போதிலும், இச்சகத்திலுள்ளோர் யாவரும் நமக்குப் பிரதிகூலமாக இருந்தபோதிலும், இந்தத் தீவிர ஸங்கல்பம் ஒரு போதும் தடையுறாது. ஸத்யத்தைக் காணப் போய்க்கொண்டுதான் இருப்போம்.

நமக்கே தனியாக ஒரு தர்மம் இருக்கிறது. அதையே நாம் கடைப்பிடித்து வருகிறோம். புதுமை எதுவோ, எளிது யாதோ, இதுவரை யாரும் நுகராதது எதுவோ, அந்தப் பேர் உண்மையின் உபாஸகர்கள் நாம் பழமையில் புதுமையைக் கொண்டு புகுத்துவோம். உணர்வற்ற சடலத்திற்கு உயிர் ஊட்டுவோம். பண்டைப் பொருளுக்கு நவீன அர்த்தத்தைக் காட்டுவோம். பந்தத்தின் நடுவே விடுதலைச் செய்தியை அறிவிப்போம். பழைய குருட்டு நம்பிக்கைகளையும் புராணக் கூற்றுகளையும் நம்பி ஏமாறமாட்டோம். நாம் நிரந்தர மார்க்கத்தில் செல்லும் யாத்திரிகர்கள். இதுகாறும் எவரும் போகாத வழிதனிலே போகத் துணிந்தோம். யாருக்கும் புலப்படாதிருக்கும் வருங்காலமே நம் வரைக்கும் பிடித்திருக்கிறது. தவற்றைச் செய்யவேண்டிய உரிமையையே நாம் வேண்டுகிறோம். (The right to make blunders). இதனாலேயே எல்லோரும் நம்மை அசட்டை செய்கிறார்கள். நம்முடைய போக்கு அவர்களுக்கு வெறுப்பையே அளிக்கிறது. ஏதும் கெட்டவர்களாகிறோம். பெரும்பாலோர் இகழ்ச்சிக்கு ஆளாகிறோம்; அப்போதும் நம்முடைய லக்ஷ்யத்தைக் குறிப்பில் கொண்டே செல்கிறோம். இது ஒன்றே நாம் பெருமைப்படக் கூடிய விஷயம். இவ்விதமிருப்பதே நமக்கு ஆனந்தம். யௌவனம் எப்போதுமே எங்குமே துரதிர்ஷ்டம் பிடித்த தசை. திருப்தி அடையாமல் ஒரு லக்ஷ்யத்தைத் தேடி இளைஞராகிய நாம் உன்மத்தம் பிடித்துத் திரிகிறோம். புத்திமான்களின் ஹிதோபதேசத்தைக் கேட்கக்கூட நமக்கு அவகாசம் கிடையாது. அடிக்கடி தவறுகள் ஏற்படுகின்றன. பிரமைக்கு ஆளாகிறோம்; தோல்வியுறுகிறோம். ஆனால் சிறிதும் ஊக்கம் குறையாமலும் முன் வைத்த காலைப் பின் வைக்காமலும் போய்க்கொண்டே தான் இருக்கிறோம். நம்முடைய தாண்டவ லீலைக்கு ஒரு முடிவு ஏது? ஏனென்றால் இந்தப் போக்கைத் தடுப்பது முடியாத காரியம்.

நாடுகள்தோறும் விடுதலையின் முரசைக் கொட்டியிருக்கிறோம். முக்தியின் சங்கத்தை ஊதியிருக்கிறோம். சட்டங்களை ஏற்படுத்தவோ அமைதியை நிலை நிறுத்தவோ நாம் வரவில்லை. கிளர்ச்சியைச் செய்வதற்கே, போர் தொடுப்பதற்கே, ஒரு மஹாப்பிரளயத்தை முன் கூட்டித் தெரிவிப்பதற்கே நாம் வருகிறோம். பந்தம் எங்கேயோ, பேடித்தன்மை எங்கேயோ, மூட எண்ணங்கள் எவ்விடத்திலோ, குறுகிய நோக்கம் எங்கோ, அவ்விடங்களிலெல்லாம் நாம் கோடரியும் கையுமாகப் புகுந்து அவற்றை நிர்மூலமாக்குகிறோம். விடுதலைக்காகப் பாதையினை நாம் முள் இல்லாமல் செப்பனிட இனி முன் ஏகுவோம். இந்த வழியாக அல்லவோ விடுதலையின் சைன்யம் எளிதில் வந்து போய்க் கொண்டிருக்க வேண்டும்?

மனிதவாழ்க்கை நம் வரைக்கும், ஒரு மறக்கமுடியாத உண்மை ஆனதுபற்றியே நாம் சுதந்திரத்தை விரும்புகிறோம். இது இராத வாழ்வு வெறும் மாயையே! ஸ்வாதீனத்தைப் பெறத் தொன்றுதொட்டு யுவகர்களான நாம் சற்றும் மனச்சோர் வடையாமல் சிரித்துக்கொண்டே ரத்தத்தைச் சிந்தியிருக்கிறோம். நாம் விரும்பும் அந்தச் சுதந்திரம் பல முகமுடையது. வாழ்க்கையின் ஒவ்வொரு துறையிலும், ஒவ்வொரு திசையிலும், இந்த முக்தி மந்திரம் எதிரொலிக்குமாறு உடலைக் கொண்டோம். ஜன ஸமூகத்திலும் பொருளாதாரத் துறையிலும் அரசியலிலும் சமயத்திலும் வாழ்க்கையின் ஒவ்வொரு பகுதியிலும் ஸத்யத்தின் சுடரை ஏற்றி ஒளிபெறச் செய்வோம். இன்பத்தைக் கொண்டு வந்து சக்தியைப் பெருகச் செய்வோம். சுயநலமற்ற உதாரணமான அடித்தளத்திலேயே விடுதலைக் கோயிலைக் கட்டுவோம்.

அனாதிகாலம் தொட்டு நாம் சுதந்திரப் பள்ளைக் கோஷித்துக் கொண்டுதான் வருகிறோம். குழந்தைப் பருவத்திலிருந்து இந்த விடுதலையின் பற்றுதலே நம் ஒவ்வொரு நாடியிலும் துடித்து ஓடுகிறது. தாய்வயிற்றினின்று கீழே பூமியில் விழும்போது நாம் ஏன் அழுகிறோம்? இந்த உலகின் கட்டுத் திட்டங்களுக்கு அடங்கவேண்டுமே என்ற விசனத்தினாலேயே, அவற்றை மீற அலைகிறோம் நாம். சிசுக்களாக இருக்கும்போது அழுகையே நமக்குப் பலத்தைத் தருகிறது; இளமையின் எல்லையை நாம் மிதித்தவுடன் தோள் வன்மையும் புத்தி பலமும் நமக்கு உதவிபுரிகின்றன. இந்த இரண்டு விதமான பலத்தைப் பெற நாம் என்ன அரும்பாடு பட்டிருக்கிறோம்!

பினீஷியா, அஸீரியா, பாபிலோனியா, மிசிரம் (எகிப்து), க்ரீஸ், ரோம், துருஷ்கம் (துருக்கி), இங்கிலாந்து, பிரான்ஸ், ஜெர்மனி, ருஷியா, சீனம், ஜப்பான், ஹிந்துஸ்தானம் இவற்றில் எந்த நாட்டின் சரித்திரத்தையாவது படித்துப் பாருங்கள். அதன் ஒவ்வோர் ஏட்டிலும் நம்முடைய கீர்த்தி, பிரகாசமான எழுத்துக் களில் வரையப் பட்டிருப்பதைக் காண்பீர்கள். நம்முடைய புஜபலத்தினாலே முடிமன்னர் ஸிம்ஹாஸனம் ஏறியிருக்கிறார்கள்; நம்முடைய சுட்டுவிரலுக்குப் பயந்து நாட்டை இழந்தும் இருக்கிறார்கள். காதல் தண்ணீர் கல்லாகச் சமைந்த அழகிய தாஜ்மஹாலை நாம் நிருமித்தோம். பூமியில் குருதிவெள்ளம் தோயுமாறு நாமே செய்தோம். நம்முடைய ஐக்கிய சக்தியினால் அல்லவோ ஸமூகம், அரசாங்கம், கலை, இலக்கியம், விஞ்ஞானம், இவை யாவும் உண்டாகி, யுகயுகமாக, தேசம் தேசமாகப் பெருகிவளர்ந்து கொண்டு வந்திருக்கின்றன! நாம் ரௌத்ராகாரம் கொண்டு பிரபஞ்சக் கூத்து ஆடத் தொடங்கும் போது நம் காலடிகளில் மிதிபட்டு எத்தனை ஸமூகங்கள் அழிந்தன; எத்தனை ஸாம்ராஜ்யங்கள் துகளாயின! அவை கணக்கிடத் தொலையா.

இத்தனை நாட்களுக்குப் பிறகே நம்முடைய வலிமையினை நாம் கண்டறிந்தோம். நமது தர்மத்தை உணர்ந்தோம். நம்மை அடக்கவோ, பீடிக்கவோ யாரால் இயலும்? இப்புது எழுச்சி யிடை ஒன்று முக்கியமாக விளங்குகிறது; எல்லாவற்றிலும் ஒரு பெரிய நம்பிக்கை ஏற்படுகிறது; இளைஞர் தம் ஆத்ம சக்தியை நிலைநாட்டுவார்கள் என்பதே அது! இந்த மஹத்தான வெற்றியை அவர்கள் அடைந்துவிட்டதில் யாதோர் ஐயமுமில்லை. இது வரை உறங்கியிருந்த இளைஞரின் ஆத்மா இன்று விழித்துக் கொண்டது. இனி வாழ்க்கையின் ஒவ்வோர் அம்சத்திலும் யௌவனம் பொலிவுற்று விளங்கும். இளைஞரின் இந்தக் கிளர்ச்சி எத்திக்கும் படரக்கூடியது. பெரும்பாலும் முதுமையின் சாயை படிந்த நாடுகளில், இந்த இளைஞரின் ஸம்பிரதாயம் தலைதூக்கி, அச்சமின்றி நிற்கிறது. உலகத்தில் இவர்கள் என்றென்றும் அணையாச்சுடரினை ஏற்றி வைப்பார்கள் என்பதில் என்ன சந்தேகம்? என் இளவீரர்களே! எழுமின்! விழிமின்! அதோ தெரிகிறது விடுதலையின் உதயம்!

அன்னையின் அழைப்பு

(வங்காளிகளுக்குச் செய்த உபதேசம்)

இரண்டு நூற்றாண்டுகளுக்கு முன் வங்காளிகள் அயலானுக்கு வழிகாட்டித் தம் தாய்நாட்டில் புக இடம் கொடுத்தார்கள். அப்பெருந் தவறுக்காக - அந்த மஹத்தான பாபத்திற்காக - இன்று வங்காளிகளின் பிராயச்சித்தம் ஆரம்பமாகி விட்டது. இந்தியத் தாயின் கௌரவத்தையும் மேன்மையையும் ஒவ்வொரு வங்க நரநாரியரும் உணரும்படி செய்யவேண்டும். சகோதரர்களே! இந்தக் காரியம் இனிது நிறைவேற உபாயம் தேடுவதே வங்காளிகளின் பிரதான சிந்தனையாக இருக்கவேண்டும்.

தேசீய இயக்கத்தை எழுப்பிய மஹாத்மா காந்தி வங்காளியாக இராவிட்டாலும், அவர் எடுத்துக்கொண்ட முயற்சி இந்த வங்க நாட்டில் வேர் ஊன்றிவிட்டது. வேறு இடங்களில் கூட அவ்வளவு வலிவாக ஊன்றவில்லை. பீஹார், ஐக்கிய மாகாணம், பம்பாய், மத்திய மாகாணம் முதலிய இடங்களில் இவ்வெழுச்சியின் பயனைக் கவனித்த பிறகு இந்தத் திட அபிப்பிராயம் கொள்ள நேர்ந்தது.

வங்காளிகள் வேறு தேசீய சம்பந்தமான துறைகளில் முன்னணிக்கு வராது போனாலும், ஸ்வராஜ்யப் போரில் அவர்கள் முதல் ஸ்தானம் வகிக்கிறார்கள் என்பதே என்னுடைய திடநம்பிக்கை. பாரதநாட்டிற்கு ஸ்வராஜ்யம் கட்டாயம் வந்தே ஆகவேண்டும். அதைக் கொண்டுவரும் பெரும் பிரயத்தனம் வங்காளிகளுடையதே. வங்காளிகளில் சிலர் துக்கப்படுகிறார்கள்.-

'ஏனோ நாம் மார்வாடிகளாகவோ, அன்னிய மாகாணத்த வராகவோ இல்லை' என்று. ஆனால் என்னுடைய பிரார்த்தனை யெல்லாம், வங்காளிகள் வங்காளிகளாகவே எக்காலமும் இருக்க வேண்டும் என்பதே.

கீதையில் ஸ்ரீ கிருஷ்ண பகவான் சொல்லியிருக்கிறார்: 'ஸ்வதர்மே நிதனம் ச்ரேயஃ பரதர்மோ பயாவஹஃ' (உன் சுய தர்மத்திலேயே இரு; அதுவே நன்மையைத் தரக்கூடியது. இதர தர்மம் பயத்தே தரும்) இந்த உபதேசத்தை நான் நம்புகிறேன். தன் இனத்தவரையும், சுயநாட்டுப் பற்றுதலையும் துறப்பது ஆத்மஹத்தைக் கொடுக்க வில்லைதான்; ஆனால் நமக்குப் பிராணன் என்னும் பெரிய நிதியைக் கொடுத்திருக்கிறார். இந்த நிலையற்ற பொருளாசைக்காக உயர்ந்த ஜீவ ஸம்பத்தைத் தொலைத்துவிட்டால் செல்வத்திற்கு ஒரு மதிப்பும் இராது போய்விடுகிறது. நம் வாழ்வினைப் பாழாக்கிய பிறகு, சங்க நிதி இருந்தும் பயன் என்ன?

வங்காளிகளே! இந்த வார்த்தையை நீங்கள் ஸதா நினைவுறுத்திக் கொள்ளவேண்டும். இந்தியாவில் - ஏன், உலகத்திலேயே - நமக்கென்று ஓர் இடம் இருக்கிறது. அதைச் சீர்திருத்தி நமக்குப் பயன்தருமாறு உபயோகிப்பதே நலம். வங்காளிகள் தம் நாட்டை முதலில் ஸ்வாதீனம் செய்துகொள்ள வேண்டும். அதைச் சீர்திருத்திய பிறகே மற்றப் பாரதப் பிரதேசங் களைச் செவ்வையாக்க வரவேண்டும். இலக்கியம், விஞ்ஞானம், ஸங்கீதம், கைத்தொழில், சௌர்யம், வீர்யம், தேகப் பயிற்சி, தயை, தாக்ஷிண்யம் போன்ற உயர்ந்த பண்புகளின் மூலமாகப் புதிய பாரதத்தைப் படைக்கவேண்டும். தேசீய வாழ்வின் ஒவ்வோர் அங்கத்தையும் உன்னதமான முறையில் கொண்டு வரும் ஆற்றலும் கல்வியினால் ஏற்படும் நற்பயிற்சியைப் புகட்டும் திறமையும் (Cultural Synthesis) வங்காளிகளுடையதே ஆகும்.

வங்காளிகளிடையே ஒரு தனி விசேஷம் இருக்கிறதென்பது என் அசையா எண்ணம். கல்வியிலும் அவர்கள் கடைப்பிடிக்கும் திட விரதங்களிலும் ஸ்வ பாவத்திலும் தனிப்படையான வைசித்திரியம் புலனாகின்றது. வங்க நாட்டின் இயற்கைத் தோற்றத்திலும் இந்த வைசித்திரியம் தென்படும். அதன் மண்,

அதன்நீர், அதன் வானம், அதன் பசுமையான வயல்கள், நதிவளம், ஒவ்வொன்றிலும் அலாதியான தன்மையே இருக்கிறது. ஆனால் இயற்கைத் தேவி, வங்காளியின் ஸ்வபாவத்தையும் தனித்தன்மை உடையதாகச் செய்யவில்லையா! இளகின மண்ணில் ஜன்மம் பெற்றதனாலா இப்படி வங்காளிகளின் பிராணன் கோழையாய் இருக்கிறது, இன்று? இயற்கையின் வனப்பில் ஊறி வளர்ந்ததனாலேயே வங்காளிகள் ஸௌந்தர்யத்தின் உபாஸகர்களாக இருக்கிறார்கள். 'இனிய நீர்ப் பெருக்குடைய, இன்கனி வளமுடைய பைந்நிறப் பழனம் தாங்கும் வடிவினளாகிய' வங்க மாதாவின் அன்ன ஜலத்தை உட்கொண்டே வங்காளிகள் இலக்கியத்திலும் நற்கலையிலும், இதுவரை கேட்டறியாத அற்புத சிருஷ்டிகளை இயற்றி உலகத்தைத் திகைப்புறும்படி செய்திருக்கிறார்கள்.

சென்ற இரண்டு மூன்று வருஷங்களாக வங்க தேசத்தில் இந்தப் புத்துயிரின் எழுச்சி வெள்ளம்போல் வரத் தொடங்கி யிருக்கிறது. இதோ விரைவில் தேசீய வாழ்விலும் கிளர்ச்சி யானது பிரவாஹமாக வரப்போகிறது. இதன் வேகத்தில் ஒவ்வொரு வங்காளியும் உயிர் பெற்று எழுவான். தன் ஸர்வத்தையும் பணயம் வைத்து, இந்தச் சுதந்திரத்தை ஸ்தாபிக்க மீண்டும் வெளிக்கு வருவான். இதை அடையும்வரை நம் வங்க நாடு முயற்சியைக் கைவிடாது நிற்கும்.

இந்த நவஜீவனின் ஸ்வரூபம் இத்தகையது என்று கூற யாரால் ஸாத்யம்? இந்தப் பெரு வேள்வியை முன் நின்று நடத்தும் கர்த்தாவாக யார் வருவாரென்று சொல்லமுடியும்? இந்த மஹாவிரதத்தை எடுத்துக் கொள்ள வரும் அந்தப் பாக்கியவான் எங்கிருக்கிறாரோ, எந்தவிதமான ஸாதனையில் தேர்ச்சியடைந்து கொண்டிருக்கிறாரோ நம்மால் விளம்ப இயலாது. இவ்வியக்கத்தின் தலைவராக மஹாத்மா காந்திதான் வருவாரோ, வேறு எந்தப் பெரியார் அந்தப் பொறுப்பை ஏற்றுக் கொள்வாரோ அது நமக்குத் தெரியாது.

இந்தக் கேள்விகளுக்கெல்லாம் விடை வருமென்று எதிர்பார்த்தால் காரியம் நடக்காது. இந்தப் புதிய எழுச்சியில் கலந்துகொள்ள நாம் அனைவரும் ஸித்தமாக இருக்கவேண்டும். என்று போர் தொடங்குமோ? தியானம், தாரணை, சிந்தனை,

தொழில், தியாகம், அனுபவம் இவற்றின் மூலமாக நம்முடைய பலத்தை விருத்தி செய்து கொள்ள வேண்டும். யுத்தமுரசு விம்மி நம்மை அழைத்ததும் எதிரொலி தர நாம் தயாராக நிற்க வேண்டும்.

வங்கத்தாய் இப்போது வேண்டுவதெல்லாம் எல்லா வற்றையும் துறந்த இளம் சந்நியாசிகளே! என் சகோதரர்களே! உங்களில் எவரும் ஆத்மபலி தரத் தைர்யம் இருக்கிறதோ அவர்களெல்லோரும் வாருங்கள்; வந்து கூடுங்கள். அன்னை இந்த மஹா கைங்கர்யத்திற்குப் பிரதியாக உங்களுக்குத் துக்கத்தையும் கஷ்டத்தையுமே தருவாள். உங்களைப் பட்டினி போடுவாள். வறுமைக்கு ஆளாகச் செய்வாள். சிறையில் சென்று உழலவும் நேரிடும். இதற்கு அஞ்சாமல் நீங்கள் முன் வருவீர்களா? அன்னை உங்களை வேண்டி நிற்கிறாள். நீங்கள் அவளுக்கு அத்யாவசியமானவர்கள். இப்பெருஞ் சமரில் கடவுளின் கிருபையால் நீங்கள் உயிருடன் திரும்பும் பக்ஷத்தில் சுதந்திர பாரதம் உங்களுடையதே. அனந்த ஐசுவர்யம் உங்களதே. இந்தப் புண்ணிய ஸேவையில் நீங்கள் உயிர் துறக்கும்படி நேரிட்டால், வீரஸ்வர்க்கம் உங்களுடையதே. உண்மையான மாத்ருஸந்தானங் களானால் முன்னேறுங்கள்!

என் இள வர்க்கத்தினரே! முன்னர் நீங்களே நாடெங்கும் இந்தச் சுதந்திர வாணியைப் பிரசாரம் செய்தீர்கள். ஒவ்வொருவர் இதயத்திலும் சுதந்திரத் தீயை மூட்டினீர்கள். இன்று பாரெங்கும் இந்தச் சுதந்திர நாதமே ஒலிக்கிறது. இப்போதுகூடவா சோம்பித் திரிவீர்கள்? ஹே வங்காளிகளே! மரணத்தையும் துச்சமாக எண்ணும் வீர புருஷர்கள் அல்லவா நீங்கள்? பெறுதற்கரிய வாழ்வையும் உயிரையும் ஈந்து நீங்கள் சுதந்திர தேவிக்குக் கோவில் சமைக்கவில்லையா? கொடுமைகளையும் இகழ்ச்சி யையும் அட்டூழியங்களையும் இஷ்டத்துடனேயே பொறுத்து, அவற்றிற்குப் பதிலாக ஒப்பில்லாத ஒரு ஸேவையும், நீங்கா தொரு பக்தியும் தந்தருளினீர்களே.

சுயநலத்தை நீங்கள் என்றும் கருதவில்லை; அச்சம் வந்து உங்கள் இதயத்தைத் தொடவில்லை. சுதந்திர நாமத்தை உச்சரித்துக்கொண்டு பெரு வீரர் கூட்டமாக முறுவலுடன் நமனையும் கட்டித் தழுவினீர்களே! உங்களுடைய பராக்

கிரமத்தையும், தோளின் வன்மையையும், ஆத்ம சக்தியையும் பார்த்து மாதா, உங்கள் மாசற்ற லலாடத்தில் ஜயதிலகத்தைத் தானே வந்து இட்டு இருக்கிறாள்!

வங்க யுவகர்களே! ஸ்வதேச ஸேவை என்னும் புனிதத் தொண்டாற்ற உங்களை நான் அழைக்கிறேன். எந்த நிலையில் இருந்தபோதிலும் நீங்கள் உடனே வந்துவிடுங்கள். எத்திசையும் அன்னையின் மங்கள சங்கம் முழங்குகிறது. அதோ கீழ்வானிலும் பாரதத்தின் பாக்கிய தேவதை இள ஞாயிறுபோல் காட்சி அளிக்கிறது. சுதந்திரத்தின் ஒளிபெற்று இன்று உலக மஹா சபையில் இத்தாலி, ஜப்பான், துருஷ்கம், ஜெர்மனி முதலிய நாடுகள் ஸ்தானத்தையும் மரியாதையையும் பெற்று இருப்பது போல நீங்களும் பெறவேண்டும். இன்னுமா உறக்கம் உங்களுக்கு? எழுந்திருங்கள்! விழித்துக் கொள்ளுங்கள்! தாமதம் செய்தால் துயர்படுவீர்கள்.

பதினெட்டாவது நூற்றாண்டில் வணிகருக்கு வீட்டில் இடம் கொடுத்து நம் முன்னோர்கள் பாபத்தை மூட்டை கட்டி வைத்துச் சென்றனர். அந்தப் பாபத்திற்காக இன்று நாம் பரிதவிக்கிறோம். பாரத நாட்டின் புத்துயிர் பெற்ற ஜீவன்கள் விடுதலைக்காக அலைகின்றன. எல்லோரும் வாருங்கள். சகோதரத்துவம் என்னும் பாசத்தில் கட்டுண்டு அன்னையின் கழலடியில் ஸத்யம் செய்யுங்கள்: 'அன்னையின் கை விலங்குகளைப் போக்குவோம்; இந்தியாவை மீண்டும் ஸ்வாதீன தேசமாக்குவோம்; பாரத லக்ஷ்மியைப் பழைய சீருடன் ஸிம்ஹாஸனத்தில் வீற்றிருக்கும் படி செய்வோம்; பாழடைந்த நம் நாட்டைச் செம்மையுடன் புதுப்பிப்போம்.'

சில முக்கியமான வார்த்தைகள்

மனிதனுடைய ஜீவிய தசையில் குழந்தைப்பருவம், இளமை, நடுவயது, முதுமை என்ற நான்கு நிலைகள் இருப்பது போல் தேசீய வாழ்விலும் இவ்வித மாறுதல்கள் தென்படுகின்றன. மனிதன் மரிக்கிறான். மரணத்திற்குப் பிறகு அறிவுக்கு எட்டாத ஒரு ஸூக்ஷ்ம ரூபத்தை அடைகிறான். அதுபோன்று, ஒரு நாடும் மாறுதல் அடைகிறது: அந்த மாறுதலிலிருந்தே புதிய ஜீவன் பெற்று எழுந்திருக்கிறது. ஆனால் எல்லா நாடுகளும், இப்படியே மரணத்தினின்று மறுபிறப்பு அடைவதில்லை. எந்த நாட்டினர் உயிர் வைத்துக்கொண்டும், எச்செயலுக்கும் பயனற்றுக் கிடக் கின்றனரோ அவர்களுடைய ஜீவன் ஒடுங்கி விட்டமாதிரியே; முதுகெலும்பு உடைந்து, வெறும் புழு பூச்சிகளை ஒத்து உலகில் இருக்கின்றனரே ஒழிய அவர்களின் மாட்சிமையை உலக சரித்திரத்தில் நாம் காண்பது அரிது.

பாரத ஸமுதாயம் எத்தனையோ தரம் மரித்திருக்கிறது. ஆனால் ஒவ்வொரு தடவையும் அது புனர் ஜன்மமே அடைந் திருக்கிறது; அது அடியோடு அழிந்தே போய்விடவில்லை. இதற்குக் காரணம், பாரத ஸமுதாயம் ஜீவிப்பதற்கு வேண்டிய அவசியம் இருக்கிறது. பாரதத்தாய் இந்த உலகத்துக்கு ஒரு செய்தி விடுக்க இருக்கிறாள். மாநிலத்தோர் அனுக்கிரஹம் பெறவேண்டிய குண விசேஷம் இந்தியாவிடம் இருக்கிறது. இதை நிராகரிக்கும் பக்ஷத்தில் இந்த உலகத்திலுள்ள ஸமுதாயம் அனைத்தும் சீரடையா. இதுமட்டுமன்று; விஞ்ஞானம், சிற்பம்,

கலை, இலக்கியம், வாணிகம் முதலிய ஒவ்வொரு பகுதியிலும் இந்தியர் சொல்லவேண்டிய விஷயங்களோ அநேகம் இருக்கின்றன; கற்றுக்கொடுக்கக் கூடிய வித்தைகளோ எண்ணற்றவை. பாரதத்தில் தோன்றிய மஹான்கள், பல இருண்ட யுகங்களில் கூட, சற்றும் கண் அயராமல், பாரதத்தின் ஞானதீபத்தை அணையாது வைத்திருந்தனர். அவர்களுடைய கால்வழியில் வந்தவர்கள் நாம், நம்முடைய தேசீய ஆதர்சங்களை இதர நாடுகளுக்குப் புகட்டாது மாண்டு போவோமா?

இந்த மனுஷ்ய தேகம் பஞ்ச பூதத்தில் கலந்துவிட்டாலும் ஜீவாத்மா மட்டும் அழிவற்றது. அதைப்போலவே ஸமுதாயம் சாவு முகமாக இருப்பினும் அதன் நற் பயிற்சி, ஸாதனை, மேன்மை இவையாவும் இறவாது நிற்கின்றன. ஸமுதாயம் எப்போது தன் சிருஷ்டி சக்தியை இழக்கிறதோ அன்றே அதன் நாசமும் வந்துவிட்டதென்று எண்ணிக்கொள்ள வேண்டும். சாப்பிடுவது, தூங்குவது, பிள்ளையைப் பெறுவது இவையே முக்கிய மென்ற ஒரு மனப்பான்மையை நாட்டினர் கொள்வதே அந்த அழிவின் அறிகுறி. இந்தக் கேடான நிலைமைக்கு வந்தும் சிற்சில ஸமுதாயங்கள் மீண்டும் உயிர்பெற்று முன்னுக்கு வந்திருக்கின்றன; அதுவும், உலகத்திற்கு அதனால் ஓர் உபகாரம் இருக்கும் பக்ஷத்தில்தான்! காலவெள்ளம் நம் நாட்டை மூழ்க அடிக்க வந்தும், எப்படியோ நம்முடைய ஸமுதாயம், அதன் உயர்வை இழக்காமல் இன்றும் தலை காட்டி வருகிறது. இது ஒரு நன்மை வரப்போவதன் லக்ஷணமே! இன்றும் கடவுளுடைய ஆதேசத்தால், மறு பிறப்பின் நன்னிமித்தம் தோன்றியிருக்கிறது. துர்ஸ்வப்னம் போன்று பல யுகத்து மூட நம்பிக்கைகளும், அறியாமையும் விலகுகின்றன. அஞ்ஞான இருள் அகல்கின்றது. நெடுநாள் உறக்கத்திலிருந்து இந்திய ஜாதி எழுந்து கண்களைத் திறக்கிறது; அதன் சிருஷ்டி சக்தியும் மீண்டும் வரப் பெறுகிறது. ஸஹஸ்ரதளங் கொண்ட பதும மலரை ஒத்து நம் இந்திய ஜாதியின் பிராணன் விதவிதமான வடிவங்களிலும், புதிய புதிய பாவனைகளிலும், நவநவ சக்தியிலும் விகசித்துக் கொண்டிருக்கிறது. இம்மாதிரியான இறப்பு, பிறப்புகளைக் கடந்து, பாரத ஸமுதாயம் வந்து கொண்டேதான் இருக்கிறது. ஏனெனில் இந்தியத்தாய் உலகத்திற்கே ஓர் அரிய வழியைக்காட்ட இருக்கிறாள்; ஒரு மந்திரத்தை உபதேசிக்க இருக்கிறாள். இந்தப் பாரதநாடு இருக்க

வேண்டியது அவசியமே. இதன் மஹத்தான உத்தேசம் இன்னும் ஸபலம் அடையவில்லை.

பாரதம் இத்தகைய ஒரு பெரிய உபதேசத்தைத் தர இருக்கிறதென்னும் உண்மையை நம்பும் அந்த இந்திய மகனே உயிர் பெற்றவனாவான். இதை ஏளனம் செய்பவர் உயிருடன் இருந்தும் சவங்களுக்குச் சமானமானவரே. முப்பது கோடி பாரத மக்களும் இப்படியே இருப்பார்களென்று எண்ணவோ திட மில்லை. இந்தியாவின் இளைஞரிடை இந்த நம்பிக்கை இருக்கத்தான் செய்கிறது. அதனால், அவர்கள் இறந்து மறையக் கூடியவர்களல்ல; உடலை நீத்தாலும் அவர்கள் சிரஞ்ஜீவிகளே!

வெளிநாட்டில் மாதக்கணக்காகச் சிறைவாசம் செய்யுங் கால், இந்தக் கேள்வி என் மனத்தில் எழும்: ''கடினமான சிறையில் கஷ்டங்களை அனுபவித்தும் எதன் பொருட்டு, நம்முடைய ஆத்மா அதைர்யம் கொள்ளாமலும், ஒடுங்காமலும், பன்மடங்கு வீறுடன் தளிர்த்துக்கொண்டே இருக்கிறது?''

எனக்குள்ளேயே பின்வரும் பதில் தோன்றும்: ''இந்தியா ஒரு முக்கியச் செய்தியை, உலகத்தவர் கண் பெற விடுக்க இருக்கிறது; ஜகத்தவர் அதிசயிக்கும்படி தொண்டாற்றவே உயிருடன் இருக்கிறது. அதன் வருங்காலம் கௌரவம் நிரம்பியே இருக்கும். அந்தப் பெருங்காரியத்திலும், புகழிலும் பங்கெடுத்துக் கொள்ளப் போகிறவர்கள் நாமே. இந்தியாவின் விடுதலையை நாமே கொண்டுவரப்போகிறோம். அதன் முன்னேற்றம் நம் மாலேயே ஆகப்போகிறது. இதை நாம் கண்கூடாக நிகழ்த்தியே காட்டுவோம். இது ஒரு நம்பிக்கையினால் அல்லவோ பல துன்பங்களை நாம் மலர்ந்த இதயத்துடன் சகித்துக் கொள்கிறோம்; அஞ்ஞான இருட்டே குழம்பி ஹிம்ஸையே இழைக்கும் நிகழ் காலத்தையும் பொருட்படுத்தாது இருக்கிறோம்? நம்முடைய உண்மை லக்ஷ்யத்தினின்று வழுவாமல் அதை உறுதியுடன் கடைப்பிடித்து, கண்ணெதிரில் காணும் கோரமான உண்மைகளை மனத்தினின்று அகற்ற முயல்கிறோம். கலங்காத சித்தம் படைத் தவர்களே கடைசியில் வெற்றிக்கு உரியவர்கள். இளமையின் சக்தியே ம்ருத்யு முகமாகச் செல்லும் நம்முடைய தேசீய கௌரவத்தைப் பிழைப்பிக்கப் போகிறது.''

இந்தச் 'சிரத்தை' (ஊக்கம்). இந்தத் தன்னம்பிக்கை, எவனுக்கு இருக்கிறதோ அவனே புதுமையைப் படைக்க வல்லவன். அந்த மனிதனே தேசத்தொண்டு செய்வதற்கு அதிகாரம் படைத்தவனாவான். இவ்வுலகில் ஏற்படும் ஒவ்வொரு புரட்சியும் அபூர்வமான ஆத்மபலம், சிருஷ்டி சக்தி இவற்றின் பிரதிபிம்பமே. தன் நாட்டின் முன்னேற்றத்தை நம்பாத ஒருவன் சாவக்கடவன். இத்தூண்டுதலுக்கு எதிரொ லிக்காத அவன் மனம் அடிமையாகி இறந்துவிடுகிறது. உலகத்தில் அவன் இருக்க வேண்டிய பிரயோஜனமே இல்லை. விளைவைக் கவனியாது, கருமமே கருத்தாக உடையவன் பாரததேவியின் உண்மைப் புதல்வனாகின்றான்.

வங்காளிகளிடத்தில் அநேக குறைகளும் இருக்கின்றன; குணங்களும் இருக்கின்றன. பின் சொன்னவற்றின் உயர் வினால், முன் சொன்னவை மறைந்துவிடுகின்றன. இந்த உலகத்தில் அவர்களும் ஒரு மனிதவர்க்கத்தினரென்று கருதப்படுகிறார்கள். வங்காளிகள் தன்னம்பிக்கை உடையவர்கள். அவர்களிடம் யதேஷ்டமான சக்தியும் கல்பனா வைசித்திரியமும் குடிகொண்டு இருக்கின்றன. இந்த ஒரு வாரத்தினாலேயே அவர்கள், கடினமான வாழ்வின் பரீக்ஷைகளிலும், தோல்விகள் பல உற்றபோதிலும், மனம் தளராது மஹத்தான ஆதர் சத்தையே தழுவி நிற்கின்றனர். நிகழ்காலத்தில் அவர்களுக்கு ஏற்படும் இடும்பைகள் பல வெனினும், தங்கள் லக்ஷியத்திலேயே ஊன்றி நிற்கிறார்கள். ஸாதிக்க முடியாததைக்கூட ஸாதிக்க முயல்கின்றனர். இந்தச் சக்தியின் பலனாலும்; தன்னம்பிக்கையின் பிரபாவத்தினாலும் அல்லவா வங்க தேசத்தில் பல மஹான்கள் தோன்றினர்? கொடுமையாக நடத்தப்பட்டாலும், துயரங்களை அனுபவித் தாலும், இள வங்காளத்தின் ஆத்மா சற்றும் சளையாது! எந்த ஒரு ஸமுதாயம் ஆதர்சத்தைப் பின்பற்றி நடக்கிறதோ அது பல்வேறு கஷ்ட நிஷ்டுரங்களுக்கு ஆளாகியும் தான் பிடித்த உண்மையை நிலைநிறுத்தும் இன்பத்திலேயே மெய்ம்மறந்து இருக்கும்.

துக்கங்களை அனுபவிப்பதில் கஷ்டமே இருக்கிற தென்று பெரும்பாலோர் மருண்டு பின்வாங்குகிறார்கள். அது தவறான அபிப்பிராயம். துக்கத்தில் கஷ்டம் இருப்பதுபோலவே அளவற்ற ஆனந்தமும் இருக்கிறது. இந்த ஆனந்த ஊற்றைக் கண்டறியாத

வனுக்கே கஷ்டம் ஏற்படுகிறது. ஆனால் துக்கத்தின் மத்தியில் இன்பத்தை நுகரும் ஒருவன் சக்திமானாகி ஒளி பெற்று விடுகிறான். ''இந்த ஆனந்த ஊற்று எங்கிருந்து வருகிறது? காரிருள் இடையே மின்னொளி தென்படுவது ஏன்?'' என்ற வினா எழுகிறது. அதற்கு விடை: ''ஆதர்சனத்தை வழுவாமல் கடைப்பிடிப்பதே அந்த இன்ப ஊற்றின் ரகசியம்.'' சுய நல மற்றுத் தன் லக்ஷ்யத்தையே காதலிக்கும் ஒருவனுக்கு, துக்கம் கிலேசம் யாவும் ஸாரமற்றுப் போகின்றன. நம்முடைய மனப்பான்மையே துன்பத்தை இன்பமாகவும் இன்பத்தைத் துன்பமாகவும் எடுத்துக்கொள்கிறது. ஆதர்சத்தின் பலிபீடத்தில் தன்னை அர்ப்பணம் செய்து கொண்டவன் இந்த அம்ருதத்தைப் பெறுகிறான். அவனே வாழ்க்கையின் சுவையையும் உண்மையில் அறிகின்றான். இந்த ஞானம் வருவது மனிதனுக்கு ஒரு பெரிய லாபமல்லவா?

சென்ற ஏப்ரல் மாதம் இன்ஸீன் சிறையில் இருக்கும் போது, நான் படித்த ஒரு ருஷிய நவீனத்தில் என்னுடைய கருத்துக்கள் இருப்பதைக் கவனித்தேன். அந் நாவலாசிரியர் தம் கதா நாயகனின் வாயிலாக ருஷிய ஜாதியை நோக்கிச் சொல்லுகிறார்:

''இன்னும் எவ்வளவோ கஷ்டங்களை நம்மவர் பட வேண்டியிருக்கிறது. பேராசையின் கரத்தால் பிழியப்பட்டு மக்களின் ரத்தம் வெள்ளமாக ஓடப்போகிறது. என் ஹ்ருதயத்திலும், எலும்புக்குள்ளும் நாடி ஒவ்வொன்றிலும் உலவும் உணர்ச்சிக்குமுன் இந்தக் கஷ்டமெல்லாம் எம்மாத்திரம்? ரத்தத்தைச் சிந்துவது பெரிதல்ல. துன்பத்தை அனுபவிப்பதே எனக்குப் பெருமை. பொன்னொளிர் தாரகையைப் போல் நானும் ஒளி பெற்றுவிட்டேன். இந்தத் துன்பங்கள் யாவற்றையும் நான் ஸஹிப்பேன். என் உள்ளத்தில் ஊறும் ஓர் ஆனந்தமே இதற்குக் காரணம். அதை நசுக்குவதென்பது முடியாத காரியம். இந்த ஆனந்தமே எனக்கு அளவற்ற உத்ஸாகத்தையும் வீரியத்தையும் கொடுக்கிறது.''

சிவனைத் தன் ஆதர்ச புருஷனாகப் பாவித்து எவனொருவன், ''என் உள்ளே இன்பவாரிதி மடை விண்டு விட்டது. பிரபஞ்சத்தின் ஸகல துக்கங்களைத் தாங்க வல்லேன் யான். இந்த இடையூறுகள் யாவற்றையும் துச்சமாகக் கருதித்

தலைதூக்கி நிற்பேன். இதன் வாயிலாக அல்லவோ நான் ஸத்யத்தைத் தேடித் தெளிய முடியும்!'' என்று கூறுவானோ, ஸம்சய மில்லாமல் அவனுடையதே வெற்றி யாவும். அவனே இந்தக் கடின ஸாதனையில் ஸித்தி பெற்றவன்.

இவ்வியக்கத்தில் நாமும் ஜயமடைய வேண்டும். நவபாரதத்தை உயிர்ப்பிக்கும் பெரிய விரதத்தைக் கைக்கொள்ள வருவோர், தங்களுடைய ஸர்வத்தையும் இழக்கவேண்டும். தங்கள் அரிய உயிரைப் பணயம் வைக்கவேண்டும். சுயநலத்தை மறந்து தங்களை எல்லோருக்கும் பயன்படச் செய்து, துறவிகளாக வேண்டும். இந்த ஸேவைக்காகப் பிரதிபலனை ஏற்கக்கூடாது. கடைசி மூச்சு வரை தங்கள் ஜீவனைத் தானம் கொடுத்து உயிரை மீண்டும் பிரதிஷ்டிக்க வேண்டும்.

சில தினங்களுக்கு முன்பு, என்னுடைய ஸஹபாடியான ஒரு நண்பனைச் சந்தித்தபோது, அவன் இந்த வார்த்தைகளில் தனக்கு நம்பிக்கையில்லையென்று சாப்பிட்டுச் சொன்னான். அவன் கொண்ட கருத்து என்னவென்றால், நம் நாட்டினரால் எந்தக் காரியமும் கைகூடா தென்பதே. அவனுடைய சில கேள்வி களுக்கு மறுமொழி தந்த பிறகு அவன் என்னைக் கேட்டான்: ''சட்ட சபைக்குள் புகுந்து, அரசாங்கத்திற்கு முட்டுக்கட்டையாக நின்றும், மந்திரிகளை எதிர்த்தும் என்ன வந்துவிடப்போகிறது?''

''இந்தப் பலஹீனமான மனப்பான்மை உனக்கு இருப்பதன் காரணம், நீ உன் லக்ஷ்யத்தை நம்பாத குறையே. ஒரு தவறான ஆதர்சத்தின் வழிபட்டு ஒத்து உழைக்காமல் சோம்பலுக்கு ஆளாகி விடுகிறாய். நம்முடைய வயது ஏற ஏற ஆதர்சத்தின் மேலுள்ள பற்றுதலும் விருத்தியடைகிறது. ஆனால் நீ கொண்டது என்னவோ ஆதர்சனமன்று; பிரமையே. அதுதான் பின் தயங்கு கிறாய். தினே தினே உன் வன்மையும் குறைந்து வருகிறது'' என்றேன். அப்போது அவன் தன் தவற்றை ஒப்புக்கொண்டு, ஸம்ஸாரத்தில் ஏற்பட்ட பல அதிர்ச்சிகளால் இத்தகைய அபிப் பிராயங்களையும் மாறுதலையும் தான் கொள்ள நேர்ந்த தென்றான்.

இதை ஒப்புக்கொள்ளாவிட்டால் வேறு வழி ஏது? இந்த இரண்டு வருஷங்களாகக் காலத்தின்மேல் அவ நம்பிக்கையும்,

காரியத்தில் ஊக்கமின்மையும் வங்க நாட்டை அதோமுகமாக்கிக் கொண்டுவருவது வெட்ட வெளிச்சமாகப் புலனாகின்றது. இதன் விளைவாகத் தேசத்தின் கர்மசக்தி மழுங்கத் தொடங்கிவிட்டது. இக்களங்கத்தைப் போக்கவேண்டிய வேளையும் வந்துவிட்டது. நம்முடைய உள்ளத்தில் மறைந்திருக்கும் பகைவனைத் தவிர்த்து வேறொரு பகைவன் இல்லை. நம் கிருஹத்தைப் பாழாக்கும் இந்தச் சத்துருவை முன்னே அடக்காமல் வெளி விரோதியை நம்மால் ஜயிக்க முடியாது. தோல்விக்கு இடம் கொடுக்காத தன்னம்பிக்கையே இன்று ஒவ்வொரு வங்காளியின் இருதயத்திலும் ஊன்றவேண்டிய விஷயமாகும். உயர்ந்த லக்ஷ்யத்தை அனுசரித்தல், வருங்காலத்தை உண்மையென்றே கருதல், இவ்விதமான பிரதிக்ஞைகளின் மூலமாகத்தான் நம் தாய் நாட்டிற்கு விடுதலை கொண்டுவர முடியும் என்று சொல்வது மிகையாகாது.

தற்கால வங்காளத்தின் நிலைமையைக் கவனிக்குங்கால் இரண்டு விஷயங்கள் நமக்குத் திருப்தியையும், நம்பிக்கையையும் கொடுக்கின்றன: (1) தேகப்பயிற்சி (வியாயாமத்தில் பற்றுதல், உலக யாத்திரையில் ஊக்கம்) (2) இளைஞரின் விழிப்பு. வங்காளிகள் கையாலாகாதவர்கள் என்ற அபவாதம் இருந்தது. அந்த அபகீர்த்தி இப்போது மறைந்துவிட்டது. வங்காளிகளின் பரம விரோதிகூட அதை இப்போது சொல்ல மாட்டான். இந்தச் சிறுமியை நிவர்த்தித்த விதம் வங்காளிகளுக்கே தெரியும். அதை இங்கு எடுத்துரைப்பது அநாவசியமே. ஆனால் சரீர துர்ப்பலமுடையவர்கள் என்ற பேச்சு மட்டும் இருந்துகொண்டுதான் இருக்கிறது. அதையும் விரைவில் அவர்கள் போக்கிக் கொள்ளவேண்டும். இன்று அவர்கள் உணர்வு கொண்டு முன்னுக்கு வருவதைப் பார்த்தும், எங்கும் ஸமிதிகள் (சங்கங்கள்) ஏற்படுவதிலிருந்தும் எனக்குத் தைரியம் பிறக்கிறது. இந்த அபவாதங்களை முற்றும் தொலைக்க வேண்டுமானால், வங்காளி ஜாதியை வீர்யமுள்ளதாகச் செய்யவேண்டும். ஆட்டம் ஓட்டங்களில் உலகத்திலேயே முதன்மை வகிக்கும் சில பயில்வான்கள் இருந்துவிட்டால் மாத்திரம் போதாது. இவர்களால் நம்முடைய ஜாதி கண்யமடைந்தாலும், வங்காளிகள் பொதுவாகவே எதிலும் அஸாமான்யமானவர்கள் என்ற கீர்த்தியை அடையவேண்டும். வங்க ஜாதியின் உயர்வை அதன் தலைவர்கள் சிலரின் மேன்மையைக் கொண்டு மட்டும் அளவிட முடியாது.

ஒவ்வொருவனுடைய முன்னேற்றத்தையும் கவனிக்கவேண்டியது அவசியம்.

தற்சமயம் வங்காளிகளிடையே உலகம் சுற்ற வேண்டு மென்ற அவா ஏற்பட்டிருப்பது ஆறுதலளிக்கக் கூடியதொரு விஷயம். வீட்டினுள் அடைபட்டு இராமல், கால் நடையாகவும், நீந்தியும், ஸைக்கிள்களில் ஏறிச் சென்றும், தேச தேசாந்திரங் களைக் காணமுற்படுவதென்று பத்து வருஷங்களுக்குமுன் யார் எண்ணினார்கள்? பாராத நாடுகளைப் பார்ப்பது, போகாத இடங்களுக்குப் போவது, கண்டறியாத மனிதர்களுடன் பழகுவது இவையெல்லாம் சரீரத்திற்குச் சிரமமும், மனத்திற்குக் கிலேசமும் (வீட்டைவிட்டுப் பிரிவதனால்) தருபவை; ஆனால் இவற்றின் மூலமாகத்தான் ஒரு ஸமுதாயத்தின் சீர்திருத்தமும் சுதந்திர வாஞ்சையும் ஏற்படுகின்றன. எந்த ஒரு ஸமுதாயம் தன் சுற்றத்தை விட்டுப் பிற நாட்டுடன் கூட்டுறவு வைத்துக் கொள்ளப் பயப்படுகிறதோ அதன் வீழ்ச்சி எதிர்பார்க்கக் கூடியதே. பிராணனின் மேலுள்ள மாயை விலகித் தடைகளையும் இடையூறுகளையும் மீறித் தேச விதேசங்களைச் சுற்றி அறிய விரும்பும் ஜாதியினர் நாளுக்கு நாள் உயர்வெய்தி ஸாம்ராஜ்ய விஸ்தாரத்தை உண்மையில் அடைகின்றனர். கவி த்விஜேந்த்ரலால் ராய்

''நாங்கள் இந்த நாட்டிலேயே பிறப்போம்
இந்நாட்டிலேயே துஞ்சுவோம்''

என்று பாடினபோது, நம் எதிரே ஒரு பொய்யான ஆதர்சத்தையே காண்பித்தார். இப்போது அதற்குப் பதிலாக,

''போகேன் இனிப் போகேன் வீட்டினுக்கே;
வெளியுலகு என்னை அதோ வாவென அழைக்கிறது!''

என்று சொல்லவேண்டிய காலம் வந்துவிட்டது. வீட்டின் மூலையைத் துறந்து குறுகிய நோக்கத்தை விட்டு இந்த அகண்ட உலகிடைப் பரவி நிற்போம்.

சுயநாட்டை வலம்வந்து நேரில் பார்க்கவேண்டும். எல்லை களைத் தாண்டிப் பிரதேசங்களுக்குச் சென்று, அதிசயங்களைக் கண்டுபிடிக்க வேண்டும். எந்த ஜாதி இந்த விதமாகச் செய்ய

முன்வருகிறதோ, அதன் தேக பலம், மனோதிடம், திறமை, அனுபவம் யாவும் விருத்தி யடைகின்றன. அவற்றோடு அதன் வாணிகமும் பரவுகிறது; செல்வமும் பெருகுகிறது. உலகத்தில் ஒரு முக்கிய ஸ்தானத்தையும் அது வகிக்கிறது. பிரிட்டிஷ் ஜாதி இன்று உலகெங்கும் பிரபலமாயிருப்பதன் முக்கிய காரணங் களில் ஒன்று, அந்த ஜாதியாரிடத்திலுள்ள உலகத்தைச் சுற்ற வேண்டுமென்ற பேரவாவே! ராஜ்ய ஸ்தாபனம் நம்முடைய நோக்கமாக இராவிட்டாலும், தேச விதேசங்களைச் சுற்றிப் பார்ப்பதனால் நமக்குப் பரந்த எண்ணங்களும் உதார சிந்தையும் உண்டாகின்றன. நல்ல ஞானமும் நம்மிடத்தில் நம்பிக்கையும் புத்தி விசாலமும் பெறுகின்றோம். இதில் சந்தேகத்திற்கே இடமில்லை! உலகப் பிரயாணம் செய்வதில் பூர்ணலாபம் அடையவேண்டுமானால், தற்காலத்துத் தனவந்தர்களான அமெரிக்கர்களைப் போல் ஆடம்பரத்துடன் செல்லாமல், கூடியவரை கஷ்டமானாலும், நடந்தோ குதிரையின் மீதோ ஸைக்கிளில் ஏறியோ போவது உசிதம். தேகத்திற்கு ஆரோக் கியமும், மனதிற்கு அமைதியும் தருவது இதுவே.

இன்னும் ஒரு நல்ல லக்ஷணம் தெரிகிறது. ஒவ்வொரு ஜில்லாவிலும் யுவர்களிடையே ஓர் இயக்கம் ஏற்பட்டு இருக்கிறது. இதுவே நாட்டினரின் ஜீவ நாடி மங்காமல் துடிப்பதைக் காட்டுகிறது. இளைஞரின் ஆத்மா விழிப்புக் கொண்டுவிட்டது. தங்கள் கடமையை அவர்கள் உணர ஆரம்பித்துவிட்டார்கள். இதனால் அல்லவோ பல இடங்களில் இளைஞரின் சங்கங்கள் தோன்றுவதைக் காண்கின்றோம்! அவர்கள் காரியத்தில் முனைந்து நின்றாலும், சரியான மார்க்கம் தெரியாமல் அலைகின்றனரென்று நடுவே கேள்விப்படுகிறோம். சிலர், "தகுந்த தலைவர் இராத குறையினாலேயே யுவர்களால் எதையும் செய்யமுடியாமல் இருக்கிறது" என்கிறார்கள். தகுதி வாய்ந்த தலைவனைத் தேர்ந்தெடுக்க அவர்களுக்குத் தெரியா விட்டாலும், சரியான பாதையில் செல்ல முடியாமலிருப்பினும், யுவகர்கள் நம் நாட்டில் விழித்துக் கொண்டுவிட்டார்கள். தங்களுடைய கடமை இன்னதென்று அறியும் நிலைக்கு வந்திருப்பது அல்ப சொல்பமான பேச்சன்று.

நான் சொல்ல வேண்டியது என்னவென்றால், ''தலைவனைத் தேட முடியாமற் போனாலும் போகட்டும்; அதற்காக நீங்கள் உங்களுடைய காரியத்தை நிறுத்தாதீர்கள். நாளடைவில் நீங்களே ஒரு தலைவனைச் சிருஷ்டிக்கப் போகிறீர்கள். தலைவன் திடீரென்று ஆகாயத்திலிருந்து தோன்றுபவன் அல்ல; உங்கள் மத்தியிலேயே உங்கள் காரியத்தின் வெற்றியிலிருந்தே அவன் எழுந்து வருவான். 'க: பந்தா (வழி எது?) என்று நீங்கள் தலையில் கை வைத்து உட்கார்ந்து இருக்கவேண்டாம். விவேகத் தினாலே, புத்தியின் ஒளியைக்கொண்டே தத்தம் வழிகளை வகுத்துக்கொள்ள வேண்டும். இந்த ஸமஸ்யை (Problem) நீங்கள் எண்ணுவதுபோல் அப்படியொன்றும் சிக்கலான தன்று. ஓர் அழகிய ஸமுதாயத்தைப் படைப்பதே நம்முடைய இலக்கு; அறிவிலும் செய்கையிலும் நடத்தையிலும் மேம்பாடுடைய ஒரு ஸ்வாதீன ஸமுதாயத்தை உற்பத்தி செய்வதே நாம் கொண்ட கருத்து. அந்த ஸமுதாயம் உலகத்திலுள்ள எந்த ஸமுதாயத் திற்கும் குறைந்து இருக்கக்கூடாது. ஒவ்வொரு துறையிலும் மாறுதல்களைக் கொண்டுவரவேண்டும்.' இதில் எந்த அம்சத் தையும் விடக்கூடாது. அவரவர்கள் சக்திக்கும் நோக்கத்திற்கும் தகுந்தவாறே இந்த மஹத்தான காரியத்தில் ஈடுபட வேண்டும். யாருக்கு இயற்கையாகவோ அல்லது பகவான் கொடுத்தோ ஓர் ஆற்றல் உண்டோ, அவர்கள் அதைப் பூர்ணமாகத் தம் தொழிலில் காட்டவேண்டும். தேசமாதாவின் சரணங்களில் அதை நிவேதனம் செய்யவேண்டும்'' என்பதே.

சென்ற இருபது வருஷங்களுக்கு மத்தியில் வங்க தேசத்தில் அவதரித்த ஸாதகர்கள், கவிகள், அறிஞர்கள், விஞ்ஞானிகள், கர்மவீரர்கள், ஜனநாயகர்கள் முதலியோர் எண்ணற்றவர்கள். அவர்களில் பலர் தம் கடமையைச் சரிவரச் செய்துவிட்டுத் தேச வாஸிகளின் உள்ளத்தைக் கவர்ந்து மறைந்து போயினர். அவர்களுடைய இடத்திற்கு யோக்கியதையுள்ளவர்கள் இன்னும் வரவில்லை. இது வங்காளிகள் வரைக்கும் ஒரு வெட்கக் கேடான விஷயம் அல்லவா? வங்கஜாதி உயிருடன் இருக்க வேண்டும் பக்ஷத்தில், சூன்யமாகக் கிடக்கும் இந்த ஸ்தானங் களுக்குத் தகுதிவாய்ந்த தலைவர்களைத் தேர்ந்தெடுப்பதே முதல் காரியமாகும். அதற்குத் தகுந்த தலைவர்களைச் சிருஷ்டிப்பது தான் யுவர்களுடைய சாமர்த்தியம். மஹா புருஷர் ஒருவர்

மறைந்ததும் மற்றொருவர் அந்த இடத்திற்கு வந்தால்தான் ஜாதி முன்னுக்கு வரும். வங்காளிகளிடையே ஸாதனையானது இன்னும் பூர்ணமாக ஏற்படவில்லை. இது எதனால்? ஒரு தேசநாயகன் மறைந்தபிறகு, மற்றொருவன் அந்த இடத்தை வகிக்காது போனதனாலேயே?

எவ்வழியிலும் சீரடைந்த ஒரு ஜாதியைக் கண்ணெதிரே ஆதர்சமாக வைத்துக்கொண்டு இந்தத் தொழிலில் இறங்காது போனால் நம்முடைய முயற்சி அனைத்தும் வியர்த்தமாகிவிடும். தேசீய வாழ்வில் பல திக்குகள் இருக்கின்றன. ஒவ்வொரு திசையிலும் சென்று அதைப் புதிதாக்கவேண்டும். ஸமுதாய மென்னும் உடலுக்கு அப்போதுதான் மூச்சுப் பிறக்கும்; சக்தியும் பெருகும்.

தருண வங்காளம் இதைக் கவனிக்கவேண்டும்: வெளியிலிருந்து வரும் பலத்தை எதிர்பாராது ஸ்வய சக்தியின் பேரிலேயே பதிய நிற்கவேண்டும். புதியதோர் ஜாதியினைச் சிருஷ்டிக்கும் கடமையில் இன்று இந்த இளைஞர் கூட்டம் முற்பட்டிருக்கிறது. இவ்வளவு பெரிய பொறுப்புடைய ஒரு காரியத்தை முடிப்பதற்கு வாழ்வையே காணிக்கையாக வைக்க வேண்டும். கடின ஸாதனைகளையே புரிதல் வேண்டும். நல்ல காலம்: நானாதிசையும் இப்பெரிய இயக்கம் விருத்தி அடைந்து கொண்டுதான் வருகின்றது. இந்த மஹா யக்ஞத்தில் கலந்து கொள்ளாமல் நாம் மட்டும் தனித்து நிற்பதா? ஆகையால், வாருங்கள். என் இளந்தோழர்களே! இந்த ஸத்ய வாக்கை உச்சரித்துப் பலிபீடத்திற்கு எதிரே நிற்போம்.

''மந்த்ரம் வா ஸாதயேயம்
சரீரம் வா பாதயேயம்.''[1]

---

1. மந்திரத்தையாவது ஸாதனை செய்வோம்; இன்றேல் உடலையாவது துறப்போம்.

கடிதங்கள்

> "உன் பொருட்டு இந்தக் களங்கச் சுமையை
> வகிப்பதே எனது இன்பம்."

மாந்தாலயச் சிறை

வினயத்துடன் எழுதிக் கொள்வது:

நவம்பர்மீ 9ஆம் தேதியில் நீங்கள் எழுதிய கடிதம் சமயத்தில் கிடைக்கப்பெற்றேன். பதில் எழுதுவதற்குச் சற்றுத் தாமதமானதைப்பற்றி ஒன்றும் நினைத்துக் கொள்ள வேண்டாம். என் இஷ்டப்படி எழுதுவதென்றால் கடிதமே எழுதியிருக்கமுடியாது. இதனாலேயே, ராஜாங்கக் கைதிகளுடன் சம்பந்தம் வைத்துக் கொள்ள எவரும் விரும்புவதில்லை. ஆனாலும் நீங்கள் என் பதிலை எதிர்பார்க்கிறீர்கள்; என் கடிதத்தைக் கண்டதும் ஸந்தோஷமடைவீர்களென்று எண்ணுகிறேன்.

நீங்களெல்லோரும் என்னை நினைவில் வைத்துக் கொண்டு இருக்கிறீர்கள்; என்னுடைய தேக நிலைமையைப் பற்றிக் கவலைப் படுகிறீர்கள்; என் விடுதலைக்குப் பிரயத்தனம் செய்கிறீர்கள். உங்களுடைய அன்பை இவ்விதமாகக் காட்டுவதனால் என்னுடைய அந்தரங்கமான நன்றியறிதலைத் தெரிவித்துக் கொள்கிறேன். ஒரு தேசத் தொண்டனுக்கு இதைவிட உயர்ந்த ஸம்மானம் வேறு கிடையாது. உங்களுடைய கடிதங்களைப் படித்தும், பத்திரிகைகளில் உங்கள் கூட்டத்தின் காரிய விவரங்களைக் கண்டும் நான் சொல்லொணாத ஸந்தோஷம் அடைந்தேன். இத்தகைய இன்பத்தை அடைவது நல்ல அறிவாளிக்கு லக்ஷணமாயில்லை. ஆனால் என்ன செய்வது? தேசத்தொண்டனாக

இருக்க வேண்டியவன் இத்தகைய விஷயங்களில் மனத்தைச் செலுத்தக் கூடாதுதான்; அவனுடையவையெல்லாம் கடின ஸாதனைகளே! ஆனால் நானும் மனுஷ்யன்தானே! அன்பின் சின்னத்தைப் பெற்று யார் தாம் ஸந்தோஷம் அடைய மாட்டார்கள்? உயர்தரக் கர்ம வீரர் இந்தப் பலஹீனத்திற் கெல்லாம் இடங்கொடுக்காமல், பாசங்களை அறுத்து எறிய வேண்டியது அவசியமே. அந்த ஆதர்சத்தை நான் பின்பற்றிய போதிலும் என் உள்ளத்தைத் தொட்டுப் பார்க்கும்போது அலெக்ஸாண்டர் ஸெல்கர்க் (Alexander Selkirk) சொன்னது போலவே ஒன்று என்னிடமும் சொல்கிறது:

> "My friends do they now and then
> Send a wish or thought after me."[1]

இன்றைக்குச் சரியாகப் பதினான்கு மாதங்களாகின்றன, நான் சிறையில் அடைபட்டு. இதில் பதினொரு மாத காலத்தைத் தூர தேசமான இந்தப் பர்மாவில் கழித்திருக்கிறேன். என் கண் முன்னாலேயே இந்த நீண்ட பதினான்கு மாதங்கள் எப்படியோ பறந்தோடிவிட்டன. சிற்சில சமயம் யுக யுகமாக இங்கேயே நான் இருப்பதுபோலவும் தோன்றுகிறது. சிறையையே என் சொந்த வீடாகப் பாவிக்கும் நிலைக்கு வந்திருக்கிறேன். வெளி யுலகத்தின் செய்திகள் ஸ்வப்னம்போலவே தோன்றுகின்றன. வாழ்வே புதிதாகிவிடுகிறது. எனது இம்மையில் இந்தச் சிறைக் கிராதிகளும், பெரிய மதிலுமே உண்மைப் பொருள்களாகப் படுகின்றன. வாஸ்தவமாகவே, நான் இருக்கும் இடம் ஒரு விசித்திர உலகந்தான். இந்தச் சிறைவாசம் அனுபவிக்காதவன், உலகத்தை முற்றும் அனுபவிக்கவில்லையென்றே நான் சொல்லுவேன்; உலகத்தின் சில குரூர உண்மைகள் அவனால் நேரில் காண முடியாமல் போய் விடுகின்றன. என் மனத்தையே ஆராய்ந்து பார்க்கையில், இதரர்கள் என்னுடன் சிறையில் புகவில்லையென்ற பொறாமையினால் இந்தமாதிரி எண்ணங்கள் ஏற்பட்டன வல்ல என்று தெரிகிறது. சிறைக்கு வந்து நான் எவ்வளவோ விஷயங்களைக் கற்றுக்கொண்டேன். ஒரு சமயம்

---

1. என் நண்பர்கள் அடிக்கடி என்னைப்பற்றி நினைத்து, என் க்ஷேமத்தைக் கோருவதை நான் உணர்கிறேன்.

மறைவிடமாயிருந்த உண்மைகளை இங்கு வெட்டவெளிச்சமாகக் கண்டேன். இந்தச் சிறை வாசத்தினால், பல நூதன அனுபவங்களைப் பெற்று என் வாழ்வைப் பூரணமாகச் செய்து கொண்டேன். இறைவன் அருளால் நான் திரும்பிவரும் நல்ல காலம் பிறந்தால், அதுவரை நான் உயிருடன் இருந்தால், என்னுடைய இந்த அனுபவங்களை நாட்டினருக்கு எடுத்துக் கூற வேண்டுமென்ற அவா இருக்கிறது.

சிறையில் இருக்கிறேன். ஆனால் அதைப்பற்றித் துக்கமில்லை. மாதாவுக்காகத் துன்பங்களைச் சகிப்பது பெருமை கொள்ளக்கூடிய விஷயமல்லவா? கஷ்டத்தைப் பொறுப்பதிலேயே இன்பமும் இருக்கிறது. இதை நீங்கள் நம்பவேண்டும். இது இராவிட்டால் நமக்குப் பைத்தியமே பிடித்துவிடும். தொல்லை களுக்கிடையே மனிதன் எதனால் சிரித்த முகத்தோடே இருக்கிறான்? வெளிக்குக் கஷ்டப்படுவதுபோல் இருந்தாலும், அவன் உள்ளத்தில் புகுந்து பார்த்தால் எல்லையற்ற ஆனந்தமே அங்கே திகழ்கிறது. வருஷம் 365 நாட்களும், 24 மணி நேரமும் இந்த மாதிரி மனோபாவத்துடன் நான் இருப்பதாக எண்ணிக் கொள்ளவேண்டாம். கைவிலங்குகள் என் உடலை உறுத்தி மனத்தை வருத்தியே வருகின்றன. இந்த அனுபவம் எவனுக்குக் கொஞ்சங்கூட இல்லையோ அவன் கஷ்டத்தைச் சகிப்பதன் மூலம் தன் வாழ்வைப் பயனுள்ளதாகச் செய்துகொள்ள முடியாது.

என் விசனமெல்லாம் என்ன? இந்தப் பதினான்கு மாத காலத்தை வீணாகவே போக்கினேன் என்பதே! வங்காளச் சிறையொன்றில் இருந்திருப்பேனாயின், இதற்குள் என்னுடைய ஸாதனைகளில் எவ்வளவோ முன்னுக்கு வந்திருப்பேன். ஆனால் அதுதான் இல்லையே. "கொடியை எவனிடம் கொடுக்கிறீர்களோ, அவனுக்கு அதை வகிக்கும் சக்தியையும் கொடுங்கள்." இதுவே என் பிரார்த்தனை. விடுதலை அடைய வேண்டுமென்று எண்ணும் போது பூரிப்பே உண்டாகிறது. ஆனால் உடனே பயமும் ஏற்படுகிறது. இன்னும் சரியாகத் தேர்ச்சிபெற்று வராமல் இந்த மஹத்தான காரியத்தில் எப்படிப் புகுவதென்ற தயக்கந்தான். இது ஏற்படாத வரைக்கும் என்னுடைய மீட்சி வராதிருக்க வேண்டும். உள்ளத்திலாகிலும், வெளியிலாகிலும் நான் இன்னும் ஸித்தி

பெறவில்லை. அதனாலேயே என் கடமையைச் செய்ய வேண்டிய அழைப்பும் இன்னும் வரவில்லை. எப்போது தேர்ச்சி யடைந்து விடுகிறேனோ அந்த க்ஷணமே நான் என் முயற்சியில் முனைந்து நிற்பேன். அந்த ஸங்கல்பத்தினின்று என்னைப் பிரித்துவைக்க யாரால் முடியும்?

இவையெல்லாம் ஆழ்ந்து யோசிக்கவேண்டிய விஷயங்கள். இவற்றில் நேர்முகமான உண்மை (Objective truth) இருப்பதும் இராததும் எனக்குத் தெரியா. சிறையில் இருக்கையில் மறை முகமான ஸத்யமும் (subjective truth), பிரத்யக்ஷமான உண்மையும் ஒன்றாகிவிடுகின்றன. நினைவுகளும் கற்பனை களும் ஏற்பட ஏற்பட அவையே முடிவில் உண்மையாக மாறி விடுகின்றன. என்னுடைய நிலையும் இப்படிப்பட்டதே. மனோ பாவங்களே என் வரைக்கும் அழிவற்ற உண்மைகள் ஆகி விடுகின்றன. காரணம்: இவற்றின் மூலமாகத்தான் எனக்குச் சாந்தி ஏற்படுகிறது.

"காலம், இடம் இவற்றின் வித்தியாசத்தினால் நீங்கள் வங்கதேசத்தின் பன்மடங்கான பிரீதிக்கு ஆளாகிறீர்கள்" என்று என்னைத் தூக்கிவைத்து எழுதியிருக்கிறீர்கள். ஆனால் இந்தத் தேசகால பேதமே என்வரைக்கும் வங்கமெனும் பொன்னாட்டை அழகுடையதாகவும் உண்மையானதாகவும் செய்திருக்கிறது. அதை என்னால் எப்படி வர்ணிக்கமுடியும்! தேசபந்து, தம்முடைய கீதி காவ்யம் ஒன்றில், "வங்க நாட்டின் ஜலத்தில் - அதன் மண்ணில் - அழியாத ஓர் உண்மை அன்றோ பதிந்து கிடக்கிறது!" என்று சொல்லியிருக்கிறார். இந்த ஒரு வருஷ காலம் நான் சிறையில் இராவிட்டால் அவருடைய பொய்யா மொழி எனக்கு எப்படி விளங்கியிருக்கும்? வங்கக் காற்று வந்து அசைக்கும் செழுமையான தானியக் கதிர்கள் - நறுமணம் வீசும் அதன் மாந்தோப்புகள் - அதன் ஆலயங்களிலிருந்து எழும் தூபகந்தம், மணியோசை - அதன் கிராமங்கள் தோறும் சிதறிக் கிடக்கும் சித்திரக் குடில்கள்" - இவை யாவும் என் கற்பனைக் கண்முன் வரும்போது எவ்வளவு அழகாக இருக்கின்றன!

காலையிலும் நடுப்பகலிலும், வெண்மையான மேகங்கள் தனித்தனியாக என்னெதிரே ஆகாயத்தில் செல்லும் போது, சட்டென்று என் வங்கதேசத்தின் கவனம் எனக்கு வந்து

விடுகிறது. அன்று தன் இனியாளைப் பிரிந்து வாடின யக்ஷன் மேகத்தைத் தூதுவிடுத்தது போலவே நானும் என் உள்ளத்தில் எழும் சில செய்திகளை, வங்கத் தாயின் சரண பத்மங்களுக்கு அனுப்புகிறேன். வைஷ்ணவ கவிகளின் மொழியில் வெளிப்படுத்துகிறேன் என் மனத்தை:

"தோமாரஇ லாகியா கலங்கேர் போஜ்ஜா!
பஹிதே ஆமார ஸுக."[2]

அந்தி வேளையின் நிழல் வர வர, சூரியன் மாந்தாலய் துர்க்கத்தின் உயரமான மதிலின் பின்புறம் மறைந்துவிடுகிறது. தாழும் ஞாயிற்றின் கிரணஜாலங்கள் பல வர்ணங்களை வானில் தீட்டி ஒரு புது லோகத்தைச் சிருஷ்டிக்கின்றன. சிலநேரம் இது நிலைக்கிறது. அப்போது, வங்க தேசத்தின் வானும் சூரியாஸ்த மனமும் என் ஞாபகத்திற்கு வந்துவிடுகின்றன. இப்படி என் கற்பனையில் அந்த அபூர்வக் காட்சிகள் மீண்டும் உயிர்பெற்று எவ்வளவு அழகாக விளங்குகின்றன! இவற்றை நான் கண்டு இன்புறும் பாக்கியம் இந்த வெளி நாட்டுச் சிறையில் அல்லவோ ஏற்படுகிறது!

காலையின் வர்ணமாயை திகந்தத்தில் படர்ந்து வருகையில், துயிலுறும் என் கண்ணிமைகளைப் பிரித்து, "குருடா, எழுந்திரு! வெளியே வந்து பார்" என்று ஒரு வாணி என்னை எழுப்புகிறது. என் வங்க நாட்டிலும் சூரியோதயம் இத்தகைய சௌந்தர்யத்துடன் தானே விளங்குகிற தென்ற எண்ணம் வருகிறது. அந்த இயற்கையின் எழிலில் அன்றோ வங்கக் கவிகளும், வங்க ஸாதகர்களும், வங்க மாதாவின் தோற்றத்தை நேரில் கண்டார்கள்!

நான் வர வர ஆடம்பரமான பேச்சில் இறங்கிவிட்டேன்; அதை நிறுத்திக்கொள்கிறேன். நீண்ட நாளாய்ப் பேசவேண்டுமென்ற ஆவல் என்னிடம் அடங்கி இருக்கிறது. நீராவியந்திரம் எப்படி நடுநடுவே நீராவியைக் கொஞ்சம் வெளியே விட்டுத் தன்னைச் சரிப்படுத்திக் கொள்கிறதோ அது போலவே நானும் எப்போதாவது ஒரு சமயம் கொட்டிவிடுகிறேன், என் மனத்தில்

---

2. உன்பொருட்டு இந்தக் களங்கச் சுமையை வகிப்பதே எனக்கு இன்பம்.

இருப்பதையெல்லாம். ஸேவக ஸமிதியின் காரியங்கள் யாவும் சரிவர நடப்பதாகக் கேள்விப்பட்டு ஸந்தோஷமடைகிறேன். லான்ஸ்டௌன் (Lansdowne) கிளைச் சங்கத்துடன் யாதொரு மனஸ்தாபமும் வைத்துக்கொள்வது உசிதமன்று. அவர்களும் தங்கள் தொழிலைச் செவ்வையாகச் செய்கிறார்களென்று நம்புகிறேன். தென் கல்கத்தா ஸேவாச்ரமத்தில் அநாதை ஸம்ரக்ஷணைக்காக ஏதாவது உதவி செய்வீர்களானால் நன்றா யிருக்கும். இப்போது அது சற்றுக் கஷ்டஸ்திதியில் இருப்பதாக அறிகிறேன்; நீங்கள் அதை முக்கியமாகக் கவனிக்கவேண்டும். உங்களுடைய நன்மையையும், க்ஷேமத்தையுமே என்றும் கோரி நிற்கிறேன். என்னுடைய சமாசாரத்தை மற்றுமுள்ள நண்பர் களுக்கும் தெரிவிக்கவேண்டும்.

மாந்தாலய்ச் (Mandalay) சிறையிலிருந்து தென் கல்கத்தா ஸேவக ஸமிதியின் உப காரியதரிசி. ஸ்ரீயுக்த அநாதபந்து தத் அவர்களுக்கு, 1926ஆம் வருஷம் டிஸெம்பர் மாதத்தில் எழுதியது.

ஸமூகத் தொண்டும் குடிசைத் தொழிலும்

1

மாந்தாலய்ச் சிறை

வினயத்துடன் தெரிவித்துக் கொள்ளுகிறேன்:

உங்களுடைய லிகிதத்தைப் படித்தேன். ஸகல சமாசாரங் களையும் அறிந்துகொண்டதனால் ஸந்தோஷமடைகிறேன். சங்கங்கள் காரியங்களைச் சீருடன் செய்யாததைப் பற்றிக் கவலை கொள்ள வேண்டாம். நீங்கள் ஊக்கத்தைக் கைவிடாது, ஸேவை யிலேயே ஈடுபட்டிருங்கள். இதனால் இதரர்களுக்கும் புத்தி வரும். கிராமத்தவர்களிடையே அனுதாபத்தை எழுப்பமுடியாது போனால் உங்கள் தொண்டு அனைத்தும் பயனற்றே போகும். நீங்கள் சற்றும் மனம் சளையாது இதைச் செய்வீர்களானால், மற்றவர்களும் உங்களைப் பின்பற்றுவார்கள். இதுவே என் விருப்பமும் நம்பிக்கையுமாகும்.

ஸேவாச்ரமத்திற்குத் தோட்டத்துடன் ஒரு வீடு ஏற்படுத்த நிலம் சம்பாதித்துவிட்டீர்களா? மாதம் 140 ரூபாய்வரை சந்தாத் தொகை வசூலாவதைக் குறித்து ஸந்தோஷம். ஸமிதி இருக்கும் இடத்திற்கு இப்போது எவ்வளவு வாடகை கொடுக்கிறீர்கள்? அது இரண்டடுக்கு வீடா? எத்தனை அறைகள் இருக்கின்றன? கார்ப்பொரேஷன் ஆரம்பப் பாடசாலையில் மாணவர்கள் எத்தனை பேர் இருக்கின்றனர்? எந்த எந்த வகுப்பினர் வந்து படிக்கின்றனர்? ஸேவாச்ரமத்தைச் சேர்ந்த பாலகர்களில்

எத்தனைபேர் கல்வி கற்கிறார்கள்? இவற்றைப் பற்றி விஸ்தாரமாக எனக்குத் தெரிவிக்கவேண்டும். யாராவது வேலைக்காரர்கள் இருக்கிறார்களா ஸமிதியில்? தினமும் யார் சமையல் செய்கிறார்கள்? பிள்ளைகளில் எவருக்காவது நெசவுத் தொழிலோ, தையல் யந்திரத்தில் வேலை செய்தலோ தெரியுமா? கோட்டு, பாஞ்சாபி (சொக்காய்) இவற்றைத் தயார் செய்ய எத்தனை பேர் கற்றுக் கொண்டிருக்கிறார்கள்?

பையன்களுடைய சராசரியான அறிவுத் திறன் (average inetlligence) எவ்விதமா யிருக்கிறது? ஸேவாச்ரமத்தைப்பற்றித் தெரிந்தவரை விவரமாக எனக்கு எழுதவேண்டும். அதைப் படித்தால் நான் உங்களுக்குச் சில யோசனைகள் சொல்லச் சௌகர்யமுண்டாகும். பிள்ளைகளுக்கு எந்த விதமான ஆஹாரத்தைக் கொடுக்கிறீர்கள்? அதைப்பற்றியும் எழுதுக. அவர்களுக்கு நோய்நொடி வந்தால் எந்தவிதமான சிகித்ஸையைச் செய்கிறீர்கள்? மருந்துக்காகவும் சிகித்ஸைக்காகவும் எவ்வளவு செலவாகிறது?

2

எங்களுடைய உண்ணாவிரதம் வீணாகப் போகவில்லை. இதைப்பற்றி உங்களுக்கு முன்னமேயே தெரிந்திருக்கலாம். சர்க்கார் மதவிஷயமான எங்களுடைய உரிமைகளை ஒப்புக் கொள்ள வேண்டியதாயிற்று. அதைத் தவிர்த்து, வங்க அரசியல் கைதிகளின் பூஜை (நவராத்திரி விழா)ச் செலவிற்காக வருஷம் 30 ரூபாய் படிச்செலவு (allowance) ஆகக் கொடுக்கப்படும். இந்த முப்பது ரூபாய் மிகவும் சொற்பமே. இந்தத் தொகை போதவே போதாது. இத்தனை நாட்களாகச் சர்க்கார் எங்களுடைய கொள்கையை (Principle) நிராகரித்ததுபோல் செய்யாமல் வழிக்கு வந்திருக்கிறார்களே! அதுவே எங்களுடைய முயற்சியினால் கிடைத்த பெரிய வெற்றி அல்லவா! பணத்தைப்பற்றிய இந்தப் போர் மிகவும் துச்சமானதே. பூஜையைப் பற்றிய உரிமையைத் தவிர்த்து அரசாங்கத்தார் இன்னும் அநேக உரிமைகளையும் அளித்திருக்கிறார்கள். இந்த உண்ணாவிரதத்தினால் ஏற்பட்ட பெரிய லாபம் உண்மையில் எதுவென்றால், எங்களுடைய

உள்ளத்தில் மூண்ட தெளிவுதான்; ஆனந்தந்தான். நாங்கள் அடைந்த உரிமை யாவும் எங்கள் வரைக்கும் சாரமற்றவையே. கஷ்டத்தை அனுபவிக்காவிட்டால் மனிதன் ஒரு காலும் தன் ஆதர்சத்தையொட்டி நடக்கமுடியாது. இம்மாதிரி அக்கினி பரீக்ஷைகளின் மூலமாகத்தான் அபார மனச்சாந்தியை அவனால் அடையமுடியும். இந்த அனுபவத்தினாலேயே என்னுடைய நிஜ ரூபத்தை நான் கண்டு கொண்டேன்; என் பேரிலேயே எனக்கு அசையாத நம்பிக்கை நூறுமடங்கு ஏற்பட்டிருக்கிறது.

ஸமூகத் தொண்டின் மூலம், சுயநாட்டுக் கைத் தொழிலை நாம் ஸ்தாபிக்க முன்வரவேண்டும். வாணிகப் பொருட்காட்சிச் சாலை (Commercial Museum) வங்காளக் கிருஹ சில்ப ஸங்கம் (Bengal Home Industries Association) முதலிய ஸ்தாபனங்களைச் சுற்றிப் பார்த்தால், உங்கள் மனத்தில் புதிய எண்ணங்கள் உண்டாகி அபிவிருத்திக்கு ஹேது ஏற்படும். வங்க அரசாங்கத்தார் தொழில் இலாகா சம்பந்தமாக வருஷந்தோறும் விடுக்கும் அறிக்கையைக் கவனித்துப் படித்தால், அது உங்கள் காரியத் திற்குப் பயனை அளிக்கும். எங்கெங்கே கைத் தொழில்கள் நடக்கின்றனவோ, அவ்விடங்களுக்குச் சென்று நேரில் தொழில் நடத்தும் விதத்தைக் கண்டறியுங்கள். குடிசைத் தொழிலை ஸ்தாபிக்க அதிகப் பணம் வேண்டியிருக்குமென்று தோன்ற வில்லை. முதலில் இந்தத் தொழில்களைப்பற்றிய விவரங்களை அறிந்தவனும் புஸ்தகங்களைப் படித்தவனுமான ஒரு நல்ல அறிவாளியை நியமிக்கவேண்டும். அப்படிப்பட்டவன் குடிசைத் தொழிலை அபிவிருத்தி செய்ய நாலு இடங்களுக்குச் சென்று உண்மைகளைத் திறமையுடன் அறிந்துவருவான். இத்தொழிலை ஸ்தாபிக்க முற்பட்டதும், திறமையுடைய சிலரை ஆங்காங்குள்ள தொழில் ஸ்தாபனங்களுக்கு அனுப்பி வித்தையைக் கற்றுவரும் படி செய்வதே முறை. பல்தொழிற் கழகத்திற்கு (Polytechnic Institue) அனுப்பவேண்டிய அவசியமே இல்லை. மின்சாரத்தின் மூலமாக முலாம் பூசுவது (Electroplating) போன்ற தொழிலைக் கற்றுக்கொள்ள வேண்டிய அவசியம் இப்போது இல்லை. ஏற்கெனவே நாம் தையல்வேலைக்காக ஏற்பாடு செய்திருக் கிறோம். கருமான் வேலையையும், மின்சார மூலம் முலாம் பூசும் வித்தையையும் ஸமிதித் தொழிலாளிகள் கற்பதனால் ஒரு லாபமும் இல்லை. ஒரு தரமே பல்தொழிற் கழகத்திற்குச் சென்று

பார்த்திருப்பதாக எனக்குக் கவனம். அங்கே நடத்தப்படும் கைத் தொழில்களில் மண் பொம்மைகளைப் பண்ணும் வேலையும், பிரம்பைக் கொண்டு இயற்றும் வேலையுமே நாம் பின்பற்றக் கூடியவை. ஆனால் இந்தப் பிரம்புத் தொழிலைப்பற்றி நான் சற்றுத் தயங்குகிறேன். ஏனென்றால் பெண்பாலார் உதவியினால் தான் இத்தொழில் ஸாதாரணமாய் நடத்தப்படுகிறது. அவர்களைக் கொண்டு செய்வதா வேண்டாமா என்பதுதான் என் கேள்வி. மண் பொம்மைகளைப் பண்ணும் தொழிலைக் கற்றுவரச் சிலரை அங்கே அனுப்பி வைப்பது நலமே. இதனால் நமக்குச் செலவு ஒன்றுமில்லை. இந்தக் குடிசைத் தொழிலை ஆரம்பித்தவுடன் வர்ணம் வாங்குவதற்குக் கொஞ்சம் பணமே வேண்டியிருக்கும். வேறு விதமான செலவு ஆகாது. மொத்தத்தில் ஒருவனை இவற்றையெல்லாம் விவரமாகத் தெரிந்துகொண்டுவர அனுப்ப வேண்டும். அதிலேயே அவனுக்குப் பித்து ஏற்பட்டு விட வேண்டும். (He must become mad over it.)

இன்னுமொரு விஷயம் அடிக்கடி என் மனத்தின்கண் வருகிறது. இதற்குமுன் நான் அதைப்பற்றி எழுதியிருப்பதாக ஞாபகம்: அது சிப்பிப் பித்தான் செய்யும் தொழிலைப் பற்றியதே. டாக்கா ஜில்லாவில் பல கிராமங்களில் இந்தக் கைத் தொழில் நடந்துவருகிறது. எளிய ஸ்திதியிலிருக்கும் ஸ்திரீகளும் புருஷர்களும், ஒழிந்த நேரங்களில் இந்தத் தொழிலைச் செய்துவருகிறார்கள். இந்த வேலையை ஒருவனால் விரைவில் கற்றுக்கொண்டு விடமுடியும். இந்தத் தொழிலைப்பற்றி அறிந்தவனும் இதில் கைதேர்ந்தவனும் பாடுபடக்கூடிய வனுமான ஒருவனை நியமிக்கவேண்டும்.

பத்திரிகைகளில் விளம்பரங்கள் செய்தால் இத்தகைய திறமை படைத்த ஆளைக் கண்டுபிடித்துவிட முடியும். 'கற்களைக் கொண்டு பித்தான்களைச் செய்தால் என்ன?' என்று எனக்கு ஒரு யோசனை வருகிறது. மனம் வைத்தால் இதை நாம் எல்லோருமே செய்துவிடலாம். இதற்குக் கருவிகளும் அதிகம் வேண்டிய தில்லை. துளையிடும் ஒரு யந்திரமும், கடைசல் பிடிக்கும் ஒரு யந்திரமும் இருந்தாலே போதும். ஸமிதியிலிருந்து அந்த மாதிரி யந்திரங்கள் இரண்டொன்று கொண்டுவந்து, ஒரு கூடைச் சிப்பியையும் வைத்துக் கொண்டால் காரியத்தை ஆரம்பித்து

விட்ட மாதிரிதான். இதைப் பல ஏழைக் குடும்பங்கள் பின்பற்றி இந்தத் தொழிலைத் தம் வீடுகளிலேயே அமைத்து ஜீவிப்பார்கள். மலிவான விலைக்கு, தொழிலுக்கு இன்றியமையாத பண்டங்களைச் (Raw Materials) சேகரிக்கவேண்டும். அவற்றினின்று ஆக்கப்பட்ட சாமான்களை விற்க ஏற்பாடும் செய்யவேண்டும். இதை நடத்த உங்களுக்கு உத்தேசமிருந்தால் முன்சொன்ன விஷயத்தில் அதிக ஊக்கம் செலுத்துவது உசிதம்; அதாவது, இதற்கு ஏற்ற பண்டங்களைச் சேகரிப்பதில் ஊக்கம்.

3

நீங்கள் இதற்கு முன் அனுப்பிய சில முக்கியமான காகிதங்கள் வந்துசேர்ந்தன - மஹாத்மாஜீ அவர்களுக்குக் கொடுத்த வரவேற்புப் பத்திரம், தேசபந்து ஸ்ம்ருதி பாண்டாரத்தை உத்தேசித்து நடத்திய கூட்டத்தின் நிகழ்ச்சி முறைகள் முதலியன. நேற்றுத்தான் நீங்கள் அனுப்பிவைத்த ஸேவகஸமிதியின் புஸ்தகசாலையிலுள்ள புஸ்தகங்களின் ஜாபிதா ஒன்றும், அங்கு நிகழும் விதவிதமான பொழுது போக்குகளின் விவரணமும் எனக்குக் கிடைத்தன. ஸமிதியின் காரியங்களெல்லாம் நாளுக்கு நாள் எங்கும் பரவி வருவதைக் கேட்க, நான் பூரிப்படைவது இவ்வளவு அவ்வளவல்ல.

உங்களுடைய ஸமிதியின் செலவிற்காக ஒரு பெரிய தொகையைப் பெற்றிருப்பதை அறிந்து ஸந்தோஷம் கொள்ளுகிறேன். சர்க்கா, நூல் நூற்பது முதலிய விஷயங்களில் நானும் உங்களோடு இணங்கி வருகிறேன். சாகுபடி செய்வதாயிருந்தால் ஸமிதிக்கு ஒரு கனவான் 80 பிகாக்கள் (வங்கதேசத்துக் காணி) நிலம் தர முன் வருவதாக எழுதியிருந்தீர்கள். அம்மாதிரி நிலம் வரும் பக்ஷத்தில், பருத்தி சாகுபடி செய்ய முன்பணம் அதிகம் வேண்டியதில்லை. இரண்டொரு தோட்டக்காரர்களைச் சம்பளத் திற்கு அமர்த்திக்கொண்டு, பருத்தி விதைக்குக் கொஞ்சம் பணம் சேர்க்க முயன்றால் ஒரே ஆண்டில் பலனை அடைந்துவிடலாம்;

அப்படிப் பூமி கரம்புபட்டிருந்தால், அதைச் சீர்திருத்த அதிகப் பணம் செலவாகும். கிருஷி இலாகாவைச் சேர்ந்தவர்களை யோசனை கேட்டால், எந்த வகைப் பருத்தி அத்தகைய நிலத்தில் நன்றாக விளையுமென்பதைச் சுலபமாய் அறிந்துகொள்ளலாம். நீங்கள் இப்போது ஆரம்பித்திருக்கும் குடிசைத் தொழில்களினால் (தொன்னை முதலியவைகளைப் பண்ணும் வேலை உட்பட) நஷ்டம் வராது இருந்தால், லாபம் கொஞ்சமே வந்தாலும், காரியத்தை நடத்துங்கள். லாபகரமான தொழில்கள் குதிர்ந்தவுடன் இந்தச் சில்லறைத் தொழில்களை நீக்கிவிட்டால் போகிறது. இப்போது நம்மிடம் ஸஹாயம் பெறுகிறவர்களை ஏதோ ஒரு தொழிலில் ஈடுபடச் செய்யவேண்டும். வெறும் பிச்சையைக் கொண்டு ஜீவிப்பதை விட்டொழித்து இவர்கள் எப்போது வேலையில் ஊக்கம் கொள்கிறார்களோ அப்போது லாபத்தைத் தரும் தொழில்களில் இவர்களைவிட்டால் நல்ல பலனே ஏற்படும். தாற்காலிகமாகக் குடிசைத் தொழிலின் நிலைமை பணம் தருவதாய் (Financial success) இராவிட்டாலும், காரியத்தின்மேல் சிரத்தையையும் தொழிலின் மேன்மையையும் எல்லோரும் உணரும்படி செய்வீர்களானால், அதுவே நம்முடைய ஸமூகத்திற்கு நீங்கள் செய்யும் இணையற்ற மங்களமாகும். குடிசைத் தொழிலோடு சம்பந்தப்பட்ட விஷயங்களை ஸ்ரீயுக்த மதின்மோஹன் வர்மன் அவர்கள் நன்றாக ஆராய்ந்தவர்; அவருடன் நீங்கள் கலந்து யோசித்தால், உங்களுக்கு லாபமே உண்டாகும்.

ஔஷத மாத்திரைகள், ஊறுகாய், துவையல் முதலிய பொருள்களைத் தயாரித்துப் பாருங்கள். அதிலும் யதேஷ்ட லாபம் கிடைக்கும். ஸ்திரீகள் - விசேஷமாகக் கைம்பெண்கள் - இந்த மாதிரியான காரியங்களில் திறமை உடையவர்கள். ஆனால் இந்த வித்தையை ஸமிதியிலுள்ளவர்களுக்குக் கற்றுக்கொடுக்க யார் முன்வருவார்கள்? பஜாரில் விற்பனையாக வேண்டுமானால் இந்தமாதிரியான பொருள்கள் உயர்ந்த ரகமானவையாகவே இருக்கவேண்டும். (Experiment) சோதனையின் பொருட்டாவது இதைச் செய்து பாருங்கள். மூல பண்டங்களை விநியோகம் செய்து அவற்றைக் கொண்டு தயாரான பொருள்களை விற்பனை செய்யுங்கள். அவர்களாவது (ஸ்திரீகள்) தாங்கள் சொந்தமாகவே சரக்கை வாங்கிப் போட்டுக்கொண்டு தயாரான சாமான்களை

உங்களுக்கு விற்கட்டும். இந்தக் காரியத்தைத் தொடங்குவதற்கு முன் இவற்றை விற்க முடியுமா முடியாதா என்று கடைக்காரர்களைக் கேட்டுக்கொள்ளவேண்டும். உபயோகிக்கும் சரக்குகள் நன்றாயிருந்தால் ஆக்கப்படும் பொருள்களும் நன்றாகவே அமையும். ஆனால் இதில் இன்னும் ஒரு சங்கடம்: அவர்கள் சாமான்களைத் திருடுவதோ, குறைத்துப் போடுவதோ நடக்கக் கூடிய விஷயங்களே. ஊறுகாய் செய்வதுபோன்ற தொழில்களுக்கு ஏழைகளே வருவார்கள். மாங்காயையோ, எலுமிச்சங்காயையோ, எண்ணெய், மிளகாய் முதலியவற்றையோ கண்டால், தங்கள் குடும்பத்துக்கு நிச்சயமாகச் செலவழித்துக் கொள்வார்கள். அவர்களே போட்டுக்கொண்டு செய்தாலும், நல்ல சாமான்களை உபயோகிக்கிறார்களென்று என்ன நிச்சயம்? இத்தகைய விஷயங்களை நாமாகவே சிந்தித்தும் பிறரைக் கேட்டும் அறிந்துகொண்டு ஒரு முடிவுக்கு வருவது உசிதம். மேலும் இந்த மாதிரி வஸ்துக்களை வாங்குபவர்கள் எவ்வளவு தூரம் அவற்றை விரும்புகிறார்களென்பதைத் தெரிந்துகொள்வது அவசியமாகும். தராதரமறிந்து இந்த விஷயத்தில் பலனேற்படுமென்ற நிச்சயம் இல்லை. ஏழைக் குடும்பத்தவர்களைக் கொண்டு இந்தக் காரியத்தை நடத்தலாம். தயாரித்த சாமான் கைக்கு வந்ததுமே அதற்குத் தகுந்த கூலியைக் கொடுத்துவிடவேண்டும். விற்பனை ஆகும் வரையில் சாமான்கள் நம்முடைய பண்டசாலையிலேயே இருக்கவேண்டும்.

ஸமிதியின் சார்பாக வேறொரு காரியத்திலும் நாம் தலையிடவேண்டும். கல்கத்தாவில் இரண்டு சிறைக் கூடங்கள் இருக்கின்றன: பிரஸிடென்ஸி ஜெயிலும், ஆலிபுரம் ஸெண்ட்ரல் சிறைச்சாலையும்; சிறை ஆஸ்பத்திரியில், யாரேனும் ஒரு ஹிந்துக் கைதி இறந்துவிட்டால், அவனை எடுத்து ஈமக்கிரியைகளைச் செய்யக் கல்கத்தாவில் அவனுக்கு நெருங்கிய உறவினர்களோ சிநேகிதர்களோ எவரும் இராதுபோனால் டோம், மேதர் வகுப்பைச் சேர்ந்தவர்க்குக் காசைக்கொடுத்து, அவர்களின் மூலமாகக் கடைசிக் கிரியைகளைச் செய்துவிடுகிறார்கள். முஸல்மான்களுக்குத் தனியாகச் சவ அடக்கச் சங்கம் (Burial Association) ஒன்று இருக்கிறது. ஒரு முஸல்மான் இறந்துவிட்டால் அந்தச் சங்கத்தாரே வந்து அவனுடைய கர்மாதிகளைச் செய்துவிடுகிறார்கள். அதுபோலவே நம்மவர்களுக்கும் ஒரு

ஸ்தாபனம் இருக்கவேண்டும். இந்தப் பொறுப்பை ஸேவக ஸமிதி ஏற்றுக்கொள்ளுமா? உங்களுக்கு இது சம்மதமானால் வஸந்த பாபுவின் மூலமாக ஜெயில் ஸூபரிண்டெண்டுக்கு எழுதித் தெரிவித்துக்கொள்ளுங்கள். இதைச் செய்ய உங்களால் முடியாது போனால், நான் வெளிவந்ததும் இதற்கான முயற்சியைச் செய்வேன். யாரும் அகப்படாத ஸமயங்களில் பலருக்கு நானே இந்த மாதிரியான கடைசிச் சடங்குகளைச் செய்திருக்கிறேன். இத்தகைய காரியங்களை நடத்தச் சுயேச்சையாக நான் முன்வரத் தயார்.

✧ ✧ ✧

குடிசைத் தொழிலை நடத்த விரும்பினால் முக்கியமாக ஒரு காரியம் செய்யவேண்டும். திறமை வாய்ந்த ஒரு யுவகனைக் காசிம் பஜாரிலுள்ள பல்தொழிற் கழகத்திற்கோ (Polytechnic School) வேறு எந்தத் தொழில் ஸ்தாபனத்திற்கோ அனுப்பி வேலைகளைத் தெரிந்துகொள்ளச் செய்யவேண்டும். காசிம் பஜாரில் மண் பதுமைகளையும் தெய்வங்களின் உருவங்களையும் அழகாக நிருமிக்கின்றனர். இந்தக் கைத்தொழிலை ஸமிதி ஆதரிக்கும் பக்ஷத்தில் வங்காளம் முழுவதும் (உத்ஸவ காலங் களிலும், மற்ற விழாக்களிலும்) இப்பதுமைகள் சூடாக விற்பனை போகும். இந்தப் பர்மாவில் ஒரு கைத்தொழில் பிரபலமாக இருக்கிறது: வர்ணக் காகிதங்களினால் நானாவித புஷ்பங்கள் செடிகள், சீன விளக்குகள் யாவும் தயாரிக்கப் படுகின்றன. இந்தப் பொருள்கள் மிகவும் அழகாக அமைகின்றன. காகிதத்தினால் செய்யப்பட்டவையா இவை என்ற சந்தேகம் நமக்கு ஏற்பட்டுவிடுகிறது. நற்குடியில் பிறந்த சிறுவர்களும் சிறுமிகளும் இந்தத் தொழிலை மிகவும் நேர்த்தியாகச் செய்கிறார்கள். ஆதலால் இந்தத் தொழில் கடினமானதன்று.

பித்தான் செய்வது டாக்காவில் ஒரு முக்கியமான கைத்தொழில். இந்தப் பித்தான்களெல்லாம், தொழிற்சாலையில் (Factory) செய்யப்படுகின்றன வென்பது பலருடைய எண்ணம். உண்மை அதுவன்று. ஒவ்வொரு குக்கிராமத்திலும், ஓய்வு நேரங்களில் பெண்கள் இந்தத் தொழிலை நடத்துகின்றனர். அதனால்தான் இவ்வளவு மலிவாகப் பித்தான்கள் விற்கப்

படுகின்றன. பித்தான் தொழிலைக் கல்கத்தாவில் ஏற்படுத்த முடியுமா வென்பதைப் பற்றி யோசிக்கவேண்டும். இந்தத் தொழில் ஒவ்வொரு குடிலிலும் நடைபெறும் விதத்தைக் காணச் சிலரை டாக்காவுக்கு அனுப்பிவையுங்கள்.

தேக ஆரோக்கியத்தைப்பற்றிப் பிரசங்கம் செய்யவும், திரையில் படங்களைக் காண்பிக்கவும் பவானீபுரத்திலும் அதன் அக்கம்பக்கங்களிலும் ஏற்பாடு செய்தால் நன்மை விளையும். ஏழைகள் எங்கெங்கே குடியிருக்கிறார்களோ அங்கங்கே இம்மாதிரியான காரியங்களை நடத்தவேண்டியது அவசியம். முடியுமானால் ஸேவக ஸமிதிக்காக ஒரு மாஜிக்லாண்டர்னும், அதற்கு வேண்டிய படங்களும் வாங்குங்கள். திரைப்படங்களின் மூலம் தேக ஆரோக்கியத்தைப்பற்றிச் சொன்னால் ஜனங்கள் மனத்தில் பதியும். அப்படி வாங்கமுடியாது போனால், உங்களுக்குத் தெரிந்த சித்திரகாரன் ஒருவனைக் கொண்டாவது படங்களை எழுதிக் காட்டுங்கள்.

(தென்கல்கத்தா ஸேவகஸமிதியின் உதவிக் காரியதரிசி ஸ்ரீ அநில் சந்த்ர விச்வாஸ் என்ப வருக்கு எழுதிய கடிதங்கள். சில அனாவசி யமான பகுதிகள் நீக்கப்பட்டு வெளிப்படுத்தப் பட்டிருக்கின்றன.)

4

மாந்தாலய்ச் சிறை
3-7-25

உன்னுடைய மூன்று கடிதங்களும் கிடைத்தன. பதில் எழுத சந்தர்ப்பம் வாய்க்கவில்லை. அதோடு எனக்கு உடம்பும் சற்று அசௌக்கியம்; எந்தக் காரியத்தின்மேலும் புத்தி ஓடவில்லை (அதுவும் எழுதுவதற்கும் படிப்பதற்கும்), முன்னெல்லாம் வாரத்திற்கு இருமுறையாவது கடிதம் எழுதுவேன்; இப்போது ஒரு தடவை எழுதுவதே பெரும் பிரயத்தனமாயிருக்கிறது. இதனால் பதில் எழுத அவகாச மிராமல் இரண்டு மாதத்துக் கடிதங்கள் குவிந்து கிடக்கின்றன.

ஸமூகத் தொண்டின் முக்கிய உத்தேசம் ஏழைகளுக்கு உதவி செய்வதே; அவர்களைக் கொண்டு தொழில்களை நடத்துவதே. வெறும் தானம் வழங்கி, தர்ம சத்திரம் (Organized Charity) ஏற்படுத்துவது அன்று. பதிலுக்குத் தானமிராமல், தானம் வழங்குவது மனிதனின் உயர்விற்கு ஹானியை விளைவிக்கும். ஏழைகளும், தானத்தை எதிர்பார்ப்பவர்களும் இந்த நோக்கத்தையே கொள்ளவேண்டும். எவனொருவன் உதவியைப் பெற்றும் பதிலுக்கு உதவி செய்யப் பின்வாங்குகிறானோ, அத்தகைய தரித்திரனுக்குச் சகாயம் செய்யாதிருப்பதே நலம். இந்த இடத்தில் இரண்டொரு விஷயங்களைப் பற்றிச் சொல்லவேண்டி யிருக்கிறது.

(1) எவன் ஸஹாயத்தைப் பெறுகிறானோ அவனுக்கு வேலை செய்யவேண்டிய அவகாசம் இருக்கவேண்டியது உசிதம். அதாவது, ஒரு திக்கற்ற விதவைக்கு ஸஹாயம் செய்கிறோ மென்று வைத்துக்கொள்ளுங்கள். பிற வீடுகளில் வேலை செய்வதனால், நமக்குக் காரியம் செய்ய அவளுக்கு அவகாசம் இராது போய்விடுகிறது. அதற்காக அவளைக் காரியம் செய்யும்படி வற்புறுத்துவது தப்பு. உதவியைப் பெற்றுக் கொண்டு எத்தனையோ பேர் சோம்பித் திரிவதை நாம் ஸகஜமாகப் பார்க்கிறோம். இதற்காக, நாம் உதவி செய்யும் போது, அதைப் பெறும் மனிதரின் இயல்பையும் நடத்தை யையும் ஜாக்கிரதையுடன் கவனிக்கவேண்டும். எவனொருவன் திறமையிருந்தும் நாம் இடும் அன்னத்தைமட்டும் உண்டு களிக்கிறானோ அவனை மட்டந்தட்ட வேண்டும்.

(2) எவனுக்குச் சரீரத்தில் பலம் இல்லையோ, அவனை வேலை செய்யும்படி தூண்டுவது உசிதமன்று.

(3) வேலைகளை இட்டால், (Variety of choice) அவரவர்கள் தங்களுக்கு உகந்ததைத் தேர்ந்தெடுத்துக் கொள்ள அனுமதிக்க வேண்டும். தன் திறமைக்குத் தகுந்தவாறே எவனும் வேலையைத் தேடிக்கொள்வான். இதனால் நமக்கு அனுகூலமே. வேலையே தெரியாதவர்களுக்கு முதலில் தொன்னை தைப்பது போன்ற சுலபமான காரியங்களையே கொடுக்க வேண்டும். அப்புறம் கொஞ்சம் கொஞ்சமாகக் கடினமான வேலைகளில் அவர்களைத் தயார் செய்யவேண்டும்.

(4) எவர்களுக்கு வேலை செய்யவேண்டுமென்று ஆவல் இருக்கிறதோ அவர்களுக்கு வேலை கற்றுக்கொடுக்க வேண்டும். சிலர் முதலில் பயந்து போகும்படியாக எவ்வளவோ வித வேலைகள் உள்ளன. அந்த ஸந்தர்ப்பங்களில் அவர்களைக் கேட்டால், வேலை செய்ய மறுப்பார்கள். ஆனால் ஒருதரம் அதன் நுட்பத்தைக் காண்பித்துக் கொடுத்துவிட்டால் அப்புறம் அவர்கள் இணங்கிவிடுவார்கள்.

நாம் வரவரப் பிச்சைக்கார ஜாதியினராக மாறிவருகிறோம். இந்தப் பிச்சைக்கார மனப்பான்மையை ஒழிப்பது லேசான காரியமன்று. இதை அடியோடு ஒழிக்கும் தொண்டில் நமக்கு எல்லையற்ற பொறுமை இருக்கவேண்டும்.

இப்போது நீங்கள் செய்யவேண்டிய முறை என்ன? மூலபண்டங்களைச் (raw materials) சேகரித்துக் கொள்ள வேண்டும். யார் உங்களுடைய உதவியைப் பெறுகிறார்களோ, அவர்கள் இந்தப் பண்டங்களினின்று பல வித வஸ்துக்களைத் தயாரித்து, பதிலுக்கு உதவி செய்யவேண்டும். அவற்றை விற்கும் பாரம் உங்களுடையதே. கடைக்காரர்களுடன் அவைகளை விற்க ஏற்பாடு செய்யுங்கள், விற்பனையின் மூலம் வரும் லாபத்தில் ஒரு பங்கினால், தானம் வழங்கிய செலவு (ஒரு பாகமாவது) கட்டி வரும். பொதுஜனங்களின் கைங்கர்யங்களை எதிர்பாராது கொஞ்சங் கொஞ்சமாக, ஸமிதி தன் சொந்த வருமானத்திலேயே நிற்கவேண்டும். இவற்றையெல்லாம் ஸமயத்தைப் பொறுத்தும், திறமையைக் கொண்டும் செய்வதே நலம்.

வாசகசாலைக்காகப் புஸ்தகங்களை விலைக்கு வாங்காமல், அவற்றை இயற்றிய ஆசிரியர்களையோ, பிரசுரகர்த்தர்களையோ யாசித்துச் சேகரிக்கவேண்டும்.

கண்ட கண்ட புஸ்தங்களை வாங்க வேண்டாமென்று அநில் பாபுவுக்குச் சொல்க. புஸ்தகங்களைச் சேகரிப்பதில் ஒரு முறையை அனுசரிக்கவேண்டும். சும்மா கிடைக்கும் புஸ்தகங்களை வாங்கிக்கொள்ள வேண்டாமென்று நான் சொல்லவில்லை. புஸ்தகங்களை ஒரு ரீதியாகச் சேகரிக்கவேண்டும். முதலில் வங்காளி மொழியிலும், பிறகு இங்கிலீஷிலும், அப்புறம் பிற பாஷைகளிலும் உயர்ந்த இலக்கியங்களையே தேர்ந்து எடுக்க

வேண்டும். அதற்குமேல் பாரத நாட்டின் சரித்திர சம்பந்தமான கிரந்தங்களும், மற்றைய நாடுகளின் சரித்திரங்களும், அடுத்த படியாகச் சாஸ்திரம், விஞ்ஞானம் இவற்றின் சம்பந்தமுள்ள நூல்களும், அதற்கப்புறம் ஜீவிய சரிதைகளும், நடுநடுவே அரசியல், கிருஷி, வாணிகம் முதலிய துறைகளை விளக்கும் அரிய புஸ்தகங்களும் சேகரம் செய்யுங்கள். மொத்தத்தில் ஒவ்வொரு விஷயத்தையும் புலனாக்கும் கிரந்தங்கள் இருக்க வேண்டும். எந்த ருசிக்கும் தகுந்தவாறு அமையவேண்டும். எதற்கும் உதவாத நவீனங்களைத் தள்ளிவிடுங்கள். மேலான உண்மைகளையும் ஸமஸ்யைகளையும் எடுத்துக்காட்டும் நவீனங்கள் இருப்பது அவசியமே. சிறிதாயிருந்தாலும் விஷய வாரியில் புஸ்தகசாலை பெரிதாக இருத்தல் வேண்டும்.

வெளியிடங்களிலிருந்து நூலை வாங்க நேரிட்டால், உங்களுடைய நெசவு வியாபாரம் (weaving depot) கொஞ்ச நாளே நீடிக்கும். உங்களுடைய உதவியை அடைந்தவர்கள், ஸமிதி இருக்கும் இடத்திலேயே நூல் நூற்கவேண்டும். இந்த நூல் உற்பத்தியைக்கொண்டே உங்களுடைய நெசவுத்தொழில் அபி விருத்தி அடையாது. அக்கம் பக்கத்தவர்கள் நூல் நூற்கும் தொழிலில் ஈடுபடவேண்டும். இவர்களுடைய உதவியிராமல் எந்த ஸ்தாபனமும் உயிர்பெற்று இராது. அண்டையிலேயே, நூலை நூற்று உங்களுக்குத் தரக்கூடியவர்கள் அநேகம் பேர் கிடைப்பார்கள். அவர்களுடைய நூலைக்கொண்டு, வேஷ்டியோ புடவையோ நீங்கள் நெய்துகொடுத்தால், கட்டாயம் மேலும் மேலும் அவர்கள் இந்தச் சௌகர்யத்திற்காக வந்து விழுவார்கள். இப்போது இருக்கும் நிலைமை எனக்குத் தெரியாது. நான் சொன்னபடி நூலை வாங்கிக்கொண்டு பதிலுக்கு நெய்து தர வேண்டிய ஓர் ஏற்பாடு இருத்தல் நலமே. எந்த எந்தக் குடும்பங் களில் நூற்கும் வேலை நடக்கிறதென்று நீங்கள் கண்டு தெரிந்து கொள்ளவேண்டும்.

தென் கல்கத்தா ஸேவக ஸமிதியின் மற்றோர்
அங்கத்தினரான ஸ்ரீமான் ஹரிசரண் பாக்சீக்கு எழுதிய
கடிதத்தின் ஒரு பகுதி.

நல்லொழுக்கமும் உயரிய மனப்பான்மையும்

1

மாந்தாலய்ச் சிறை

நீ எழுதியிருப்பது அவ்வளவும் உண்மை. நன்றாக உழைக்கக் கூடியவர்கள் கிடைப்பது அரிதுதான். ஆனால் கிடைத்தவர்களை வைத்துக்கொண்டுதானே வேலை செய்யவேண்டும்? உயிரைக் கொடுத்து உயிரைப் பெறமுடியும்; அன்புகாட்டினால்தான் பிறரும் நம்மிடம் அன்புகொள்ள நேரிடும். முன்னால் நாம் வாஸ்தவமான மனிதர்கள் ஆகாவிட்டால் பிறரை மனிதர்களாக்க முடியாது.

அரசியல் நிலைமையில் இப்போது குழப்பம் ஏற்பட்டுக் கொண்டு வருகிறது. இதனால் கொஞ்சநாள்வரை இந்த அரசியல் கிளர்ச்சிகளின் மூலமாகத் தேசத்திற்கு விசேஷ நன்மை வருமென்று தோன்றவில்லை. ஸத்யம், தியாகம் - இவ்விரண்டு உயர்ந்த ஆதர்சங்கள் எப்போது அரசியல் துறையில் மங்கி விட்டனவோ அப்போது அரசியல் காரியங்களும் கேடான ஸ்திதியை அடைந்துவிடுகின்றன. இந்தக் கிளர்ச்சி, நதியின் பெருக்கைப்போல் சில சமயம் தெளிந்தும், சில சமயம் குழம்பியும் செல்கிறது. ஒவ்வொரு நாட்டிலும் இவ்விதமே ஏற்படுகிறது. வங்காளத்தில் அரசியல் விஷயங்கள் எப்படியிருந்தாலும் அவற்றைக் கவனியாது தொண்டு செய்வதையே நம் கடமையாகக் கொள்ள வேண்டும்.

உனக்கு இப்போது ஏற்பட்டிருக்கும் அமைதியின்மையின் காரணம் எதுவென்று நீ தெரிந்துகொண்டு இருக்கிறாயோ இல்லையோ; எனக்கு மட்டும் அதன் காரணம் புரிகிறது. வெறும் வேலையில் ஈடுபடுவதனாலேயே மனிதன் தன் ஆத்ம சக்தியைப் பெற்றுவிடுவதில்லை. வெளிக் காரியங்களைச் செய்வதோடு, படிப்பதிலும் எழுதுவதிலும் மனத்தைச் செலுத்தவேண்டும். காரியங்களைச் செய்வதனால் வெளியிலிருக்கும் கோளாறுகள் அழிந்துபோகின்றன. படிப்பதனாலும், எழுதுவதனாலும், உள்ளச் சீர்திருத்தம் (Internal discipline) ஏற்படுகிறது. இந்தச் சீர்திருத்தம் இராதுபோனால் நாம் அகற்றிய கோளாறுகள் மீண்டும் வரத் தொடங்கும். எப்படி, நியமப்படி தேகப்பயிற்சி செய்தால் சரீரத்திற்கு வலிமை உண்டாகிறதோ, அப்படியே ஸாதனைகளின் மூலமாக நம் அகத்தில் மறைந்திருக்கும் பகைகள் நாசமடைகின்றன. ஸாதனைகள் செய்வதன் உத்தேசம்: *(1)* காமம், பயம், சுயநலம் போன்று உள்ளத்தில் உலாவும் விரோதிகளை ஜயிப்பது; *(2)* அன்பு, சக்தி, தியாகம், நல்லறிவு போன்ற உயர்ந்த பண்புகளை விருத்திசெய்வது.

காமத்தை வெல்ல முக்கியமான உபாயம் எல்லா ஸ்திரீகளையும் தாய்மாராக நினைத்தல்; அன்னைகளெனப் போற்றல்; ஸ்திரீயின் உருவமாகவே பகவானை வழிபடல் இந்த எண்ணம் எப்போது ஒருவனுக்கு ஏற்படுகிறதோ, அவன் பெண்பாலார் இடையே பகவானைக் காண்கின்றான். இந்த நிலைக்கு வந்த பிறகே மனிதன் நிஷ்காமி ஆகிறான். நம் முன்னோர்களும் இந்த நோக்கத்துடனேயே மஹா சக்தியைத் தேவதேவி ரூபங்களில் கற்பனை செய்தார்கள். நாம் ஸ்திரீகளுடன் பழகும்போது அவர்களைத் தாய்மார் என்றே கருதவேண்டும். அதனால் நம்முடைய மனோவாக்குக் காயம் யாவும் பரிசுத்தமாகி விடுகின்றன.

பக்தியின் மூலமாக மனிதன் சுயநலமற்றவனாகி விடுகிறான். ஆதர்ச புருஷனிடத்தில் அவனுக்கு எப்போது பற்று ஏற்படுகிறதோ அப்போதிலிருந்தே இந்தச் சுயநலமும் அறுந்து கொண்டு வருகிறது. பிறரிடம் அன்பு செலுத்துவதனாலும், (ideal) ஆதர்சத்தைப் பக்தியுடன் கடைப்பிடித்து நிற்பதனாலும் அவனுடைய மனம் குறுகிய நோக்கத்தை இழக்கிறது; உலகத்தையே

தன் ஊராகவும், அனைவரையும் தன்னுடைய கேளிராகவும் பாவிக்க இடம் ஏற்படுகிறது. மனிதன் எதைக் குறித்துத் தீவிரமாகச் சிந்திக்கிறானோ அதையே அடைகிறான். தன்னைப் பாபி, பலமற்றவன் என்று எண்ண எண்ண, உண்மையில் பலமற்றவனாகவே ஆகிவிடுகிறான். தன்சுய சக்தியின்பேரில் எவனுக்கு நம்பிக்கை இருந்துவருகிறதோ அவன் சக்திமா னாகிவிடுவான். யாத்ருசீ பாவனா யஸ்ய ஸித்திர் பவதி தாத்ருசி' (எண்ணப்படுவது பண்ணப்படும்.)

அச்சத்தைப் போக்குவதற்கு வழி சக்தி ஸாதனையே. துர்க்கை, காளி முதலிய தெய்வங்கள் சக்தியின் ரூபங்கள். இத்தகைய சக்தி வடிவங்களை மனத்தில் உபாஸித்து அவ்வத் தெய்வங்களினிடமிருந்து சக்தியை வேண்டிநின்று, பலஹீனத் தையும் மாசுகளையும் அவற்றிற்குப் பலியாகச் சமர்ப்பித்தோ மானால் கட்டாயம் சக்தியை அடைந்து சித்தி பெறலாம். நம்மிடம் எல்லையற்ற சக்தி மறைந்து கிடக்கிறது. அதை எழுப்பத்தான் வேண்டும். இந்தப் பூஜா விழாவைக் கொண்டாடு வதன் கருத்தென்ன? மனத்தின்கண் புகுந்துகொண்டிருக்கும் சக்தியைத் தூண்டுவதுதான். நித்தியம், சக்தியின் உருவத்தைத் தியானம் செய்து, சக்தியின் வரத்தையாசித்து, ஐம்புலன்களையும் உள்ளத்தில் வாழும் விரோதிகளையும் அந்த மஹா சக்தியின் முன் அர்ப்பணம் செய்யவேண்டும். பஞ்சப்ரதீபம் (ஐந்து கிளை விளக்கு) ஈசுவரிக்குக் காட்டுகிறீர்களே, அதன் அர்த்தம் என்ன? பஞ்சேந்திரியங்களை நிவேதனம் செய்வதுதான். இதனால்தான் அன்னைக்கு நம்முடைய பூசனை ஏற்றதாக ஆகும். நமக்குக் கண்கள் இருப்பதனால் அன்னையின் உருவத்தைக் கருத்தில் கொண்டு வழிபட முடிகிறது. மூக்கு இருப்பதனால் தூபம் முதலிய மணமுள்ளவற்றை அன்னைக்கு நம் விருப்பத்திற் கிசைந்தவாறு சமர்ப்பிக்கிறோம். பலி இடுவதென்றால் நம்முள் ஒளிந்து திரியும் காமம், குரோதம் முதலிய ஆறுவிதப் பகை களையும் பலியிடுவதென்று பொருள்.

ஸாதனை ஒரு பக்கம் இந்தப் பகைஞரை நாசமாக்குகிறது. மற்றொரு பக்கம் ஸன்மார்க்கத்தைக் கடைப்பிடிக்கச் செய்கிறது. காமாதி அகப் பகைகளை வென்றவுடன், நம்முடைய ஹ்ருதயத்தில் தெய்வத்தன்மை மலர்கிறது. இது ஏற்பட்டவுடன் ஸகல விதமான பலஹீனங்களும் மறைந்துவிடுகின்றன.

தினந்தோறும் (முடியுமானால்) இரண்டுவேளை இம்மாதிரித் தியானத்தில் இருக்கவேண்டும். கொஞ்ச நாளைக்கெல்லாம் பலன் கிடைக்கும். சக்தி உண்டாகும். உள்ளத்தில் அமைதி ஊறுவதை உணர்வீர்கள்.

விவேகானந்த ஸ்வாமிகளின் புஸ்தகங்களைப் படியுங்கள். அவருடைய 'கடிதங்களும் உபந்யாஸங்களும்' இச்சமயம் உங்களுக்கு மிக அவசியமானவை; அவையே இப்போது உங்களுக்கு அறிவைத் தரக்கூடியவை. 'பாரத தேசமும் விவேகானந்தரும்' என்ற கிரந்தத்தில் இவையெல்லாம் வருகின்றன. அவருடைய கடிதங்களையும் உபந்யாஸங்களையும் விட்டுவிட்டு "Philosophy of Religion, Jnana Yoga" இவை போன்ற புஸ்தகங்களைப் படிக்க ஆரம்பித்துவிடாதீர்கள். அவற்றோடு 'ஸ்ரீ ராமகிருஷ்ண கதாம்ருத'த்தையும் படியுங்கள். கவி ரவீந்திரநாதர் இயற்றிய அநேக காவியங்களில் சில உங்களுக்கு உணர்வை ஊட்டக்கூடியவை. த்விஜேந்த்ரலால் ராய் அவர்களின் கிரந்தங்களில் மேவார் பதன், துர்க்காதாஸ் போன்ற வீர ரஸம் ததும்பும் நாடகங்களைப் படித்தால் சக்தியைப் பெறுவீர்கள். பங்கிம் சந்த்ரா, ரமேச்தத் இவர்கள் எழுதிய சரித்திர சம்பந்தமான நவீனங்கள் உங்களுக்குப் பயன் தரக்கூடியவை. நவீன் ஸேனின் 'பலாசீ யுத்த'மும் உபயோகமாயிருக்கும். ஸ்ரீமி குமுதினி வஸு எழுதிய, 'சீக்கியர்களின் பலிதானம்' ஒரு நல்ல புஸ்தகம். விக்டர் ஹ்யூ கோவின்லே (Victor Hugo) மிஸரபில்ஸ் (Les Miserables) என்ற விசித்திர நவீனத்தை ஒவ்வொரு வரும் படிக்கவேண்டும். நீங்கள் அறிந்து கொள்ளக்கூடியவை, அதில் அளவற்றுக் கிடக்கின்றன. நான் நிதானமாக யோசித்து, உங்களுக்குத் தகுதியான புஸ்தகங்களின் பட்டியைத் தயாரித்து அனுப்புகிறேன்.

2

தேக ஆரோக்கியத்தை விருத்தி செய்துகொள்ள அன்றாடம் சில நாழிகை வியாயாமப் பயிற்சிகளைச் செய்தால் எவ்வளவோ குணமளிக்கும். முல்லரின் (My system) 'நான் சொல்லும் முறை' என்ற புஸ்தகத்தை வாங்கி அதன்படி வியாயாமத்தைச் செய்தால்

விசேஷ அனுகூலம் ஏற்படும். நானும் இந்த அரிய நூலின் வழியைப் பின்பற்றியே பயிற்சி செய்து வருகிறேன். அதனால் பலனும் ஏற்பட்டிருக்கிறது. இந்த முல்லர் முறையின் விசேஷம் என்னவென்றால்: (1) தேகப் பயிற்சி செய்யச் செலவு இல்லை; செய்வதற்கு அதிக இடமும் தேவையில்லை; (2) பயிற்சியினால் அதிகமான சிரமம் ஏற்படாது; (3) சில அவயவங்களுக்கு மட்டுமே வேலை தராது சரீரத்தின் ஒவ்வோர் உறுப்புக்கும் வேலையைத் தருகிறது; (4) ஜீர்ணசக்தி விருத்தியடைகிறது.

நம் நாட்டில், இந்த முல்லரின் முறை நம்முடைய மாணவரிடையே பரவிவந்தால், எதிர்பாராத நல்ல பலனை அளிக்கும்.

தினமும் செய்யவேண்டிய காரியத்தை முடித்து விடுவ தனால் மட்டும் திருப்தி அடைந்துவிடக் கூடாது. காரியம் செய்வதன் நோக்கம் ஆத்ம சக்தியை அடைய முயலுதலே. அதை மறந்துவிடக் கூடாது. காரியம் பிரதானமன்று. ஸ்வபாவத்தைச் சீர்திருத்திக் கொள்வதே காரியத்தின் முக்கியக் கருத்து. இதனால் எந்தத் திக்கிலும் நமது வாழ்வு பரிபூர்ணமடைகிறது. எவனுக்கு இத்தகைய மனவெழுச்சி ஏற்படவில்லையோ அவன் என்றைக்கும் ஸுகத்தை அடையமாட்டான்; வெறும் சூன்யமாகவே அவன் வாழ்நாள் கழியும். இந்தப் பரிபூர்ணத்தை அடைய, (1) வியாயாம சர்ச்சை, (2) நியமமாகப் படித்தல், (3) தினமும் தியானம் செய்தல் இவற்றைச் சரிவர நடத்தவேண்டும். வேலைத் தொல்லைகளிடையே இந்த ஸாதனா மார்க்கத்தில் நம் கவனம் செல்வது இல்லை. அப்படிச் சென்றாலும், சமயம் இருப்ப தில்லை. ஆனால் காரியத்தின் மும்முரம் நின்றவுடன் இந்தப் பக்கம் கவனத்தைச் செலுத்தவேண்டும். ஒரு மனிதன் தினமும் 15 நிமிஷங்கள் தன் முறைப்படி தேகப் பயிற்சி செய்வதே யதேஷ்ட மென்று முல்லர் சொல்லுகிறார். அதற்கப்புறம் தினந்தோறும் 15 நிமிஷமே ஏகாந்தத்தில் தியானம் செய்தால் போதுமானது. அதற்குப் பிறகு அரைமணி சாவகாசம் நல்ல புஸ்தகங்களைப் படிக்கவேண்டும் (பத்திரிக்கை ஸமாசாரங்களைப் படிப்பது இந்தத் திட்டத்தில் சேரவில்லை. அதற்கென்றே அலாதியாகச் சமயம் வேண்டும்.) கடைசியில் ஒரு நாளில் 1½ மணி காலமே இந்த ஸாதனையில் கழிகிறது. அதிக நேரம் இந்தமுறையில்

கழிப்பது நல்லதே ஒழியக் கெடுதலன்று. தத்தம் சௌகரியத் திற்கு ஏற்றவாறு வேலையைப் பங்கிட்டுக்கொள்ள வேண்டும். தியானம் செய்வதைப்பற்றி நான் முன்னமேயே எழுதி யிருக்கிறேன். அதனால்தான் சில புஸ்தகங்களின் பெயரை மட்டும் சொல்லுகிறேன். ஸமிதியின் புஸ்தகசாலையில் கிடைக்கக் கூடிய நூல்களின் பெயரைத் தருகிறேன். அப்புறம் இதர புஸ்தகங்களைப்பற்றிச் சொல்லுகிறேன்.

மத சம்பந்தமானவை:

(1) ஸ்ரீ ராமகிருஷ்ண கதாம்ருதம்; *(2)* ஸுரேந்த்ர பட்டாசார்யரின் 'பிரம்மசர்யம்'; அதே விஷயத்தைப் பற்றி ரமேச சக்ரவர்த்தி, பக்கிர் சந்த்ர தே இவர்கள் எழுதிய நூல்கள்; *(3)* சரத் சக்ரவர்த்தி தொகுப்பித்த 'ஸ்வாமி சிஷ்ய ஸம்வாதம்'; *(4)* விவேகானந்தரின் பத்ராவளி (கடிதங்கள்); *(5)* 'கிழக்கும் மேற்கும்' (அவர் எழுதியதே); *(6)* 'உபந்யாஸங்கள்' (அவருடை யனவே); *(7)* 'பாவ்பார் கதா' (அவரதே); *(8)* பிராக்ஞானந்தரின் 'பாரதத்தின் சாதனை'; *(9)* விவேகானந்தரின் சிகாகோ பிரஸங்கங்கள்.

இலக்கியம், கவிதை, சரிதை, சரித்திரம் இவை சம்பந்தமானவை:

(1) 'தேசபந்து கிரந்தவாளி' (வஸுமதி வெளியீடு), *(2)* பாங்லார் ரூப (வங்காளத்தின் ரூபம்) கிரிசங்கர்ராய் சௌதுரி எழுதியது; *(3)* பங்கிம் சந்த்ரரின் நூல்கள்; *(4)* நவீன்ஸேனின் 'குருக்ஷேத்ரம்', 'ப்ரபாஸ ரைவதக', 'பலாசி யுத்தம்' முதலியன; *(5)* 'யோகேந்த்ர கிரந்தாவளி' (வஸுமதிப் பிரசுரம்); *(6)* ரவீந்திரரின் 'கதா ஓ காஹினி', 'சயனிகா' 'கீதாஞ்ஜலி' 'கரே பாஇரே' 'கோரா'; *(7)* பூதேவ முகர்ஜியின் 'ஸாமாஜிக ப்ரபந்த'மும் பாரிவாரிக ப்ரபந்தமும்; *(8)* த்விஜேந்த்ரலால் ராயின் 'துர்க்காதாஸ்', 'மேவாட் பதன்' 'ராணா ப்ரதாப்'; *(9)* ஸத்யசரண் சாஸ்திரி எழுதிய 'சத்ரபதி சிவாஜி', *(10)* குமுதினி வஸு இயற்றிய 'சிகேர்பல்தான்' (சீக்கியரின் பலி); *(11)* ராஜ நாராயண வஸுவின் 'ஸேகால் ஓ ஏகால்' (இக்காலமும் அக்காலமும்);

(12) ஸத்யேந்த்ரநாத் தத்தின் 'குஹுஓகேகா', (கவிதை); (13) மஹர்ஷி தேவேந்த்ரநாத் டாகுர் எழுதிய 'ஆத்ம ஜீவன சரிதம்' (சுய சரிதை); (14) 'ராஜஸ்தான்' (ராஜபுத்திரக் கதைகள்) வஸுமதி காரியாலய வெளியீடு; (15) 'நவ்ய ஜபான்' (நவீன ஜப்பான் - மன்மத கோஷ் எழுதியது; (16) ரஜனீகாந்த குப்தர் இயற்றிய 'ஸிபாஹி யுத்தேர் இதிஹாஸ (சிப்பாய்க் கலக வரலாறு); (17) உபேன் பாபுவின் 'நிர்வாஸிதேர் ஆத்மகதா' (தேசப் பிரஷ்டரின் சுயசரிதை) மற்றுமுள்ள அவருடைய நூல்கள் (18) உபேந்த்ர கிருஷ்ண பந்த்யோபாத்யாயர் எழுதிய 'கர்னெல் ஸுரேச் விச்வாஸ் (ஜீவிய சரிதம்); (19) சிறுவர்களுக்குப் பாட புஸ்தகங்களாயுள்ள 'பாரத தேசத்து மஹான்களின் சுருக்கமான வரலாறுகள்' - இவையெல்லாம் எளிதில் கிடைக்கக்கூடியவை.

இந்தப் புஸ்தகங்களே இப்போது போதுமானவை. ஒரு வருஷத்துக்கு வேண்டிய அளவு விஷயம் இவற்றில் மலிந்து கிடக்கின்றன. ஆரம்பக் கல்வியைப்பற்றிக் கொஞ்சம் சொல்ல வேண்டியிருக்கிறது.

ஆரம்பக் கல்விக்கும், உயர்தரக் கல்விக்கும் உள்ள வித்தியாசம் இதுவே: புதிய உண்மைகளைப் புகட்டுவதே ஆரம்பக் கல்வியின் நோக்கமாகும். புதிய உண்மைகளைத் தெரிந்துகொண்டு, அவற்றை ஆராயும் (reasoning faculty) ஞானத்தையும் நமக்குத் தருகிறது உயர்தரக் கல்வி. புலன்களின் உதவியைக் கொண்டே ஆரம்பக் கல்வி நிலைக்கிறது. அப்போது தான் கவனத்தில் வைத்துக் கொள்ளக்கூடிய சக்தி நன்றாக உண்டாகிறது. மாடு, குதிரை, பூ, பழம் முதலிய பொருள்களைப் பற்றிக் கற்றுக்கொடுக்கும் போது அந்த வஸ்துக்களைக் கண்ணெதிரே காட்டாது போனால் மனத்தில் படிவது கஷ்டமே. உயர்தரக் கல்வியிலோ, இந்த மாதிரி அறியவேண்டிய சிரமமே இல்லை; தம்முடைய சிந்தையின் பலத்தைக் கொண்டே விஷயங்களை ஆராய்ந்து உணரக்கூடும். மாணவர் பயிலும் போது, புலன்களின் உதவியை எவ்வளவுக்கெவ்வளவு நாடுகின்றனரோ அவ்வளவுக்கவ்வளவு தெளிவான அறிவு ஏற்படுகிறது. ஒருவன் குழல் ஊதக் கற்றுக்கொள்ளுகிறான் என்று வைத்துக் கொள்ளுங்கள். குழல் என்பதைக் கண்ணால் பார்க்கிறான்; கையினால் தொடுகிறான்; ஊதிச் சப்தத்தை

உண்டாக்குகிறான். அவனுடைய காதும் ஸ்வரத்தைக் கிரஹிக்கிறது. இப்படி அவனுடைய புலன்கள்கூட உதவிக்கு வரவே அவன் விஷயத்தை எளிதில் உணர்ந்துகொண்டு விடுகிறான். த்ருஷ்டி சக்தி (பார்வை), ஸ்பரிச சக்தி (தொட்டு அனுபவித்தல்), சிரவண சக்தி (காதால் கேட்பது) யாவும் ஒரே சமயத்தில் அவனுக்குத் துணையாக நிற்கின்றன. ஒரு வஸ்துவைப் பார்த்த மாத்திரம் அதைத் தொடத் தோன்றுகிறது; வாயில் போட்டுக்கொள்ள அவா ஏற்படுகிறது. இப்படித்தான் குழந்தைகளும் புலன்களின் உதவியைப் பெற்றே வெளி விஷயங்களை அறிய விரும்பு கின்றன! இயற்கையை அனுசரித்துப் புலன்களையே ஆதாரமாகக் கொண்டு அறிவை வளர்த்தோமானால் சீக்கிரத்தில் ஸித்தி பெறுவோம். வாய்பாடு கற்றுக்கொடுக்கும்போது, அதை உருப் போடாமல், கோலியையோ அல்லது வேறு எந்தப் பொருளையோ கொண்டு, கூட்டல், கழித்தல், பெருக்கல், வகுத்தல் முதலிய விஷயங்களை உதாரணங்களுடன் புகட்டினால் குழந்தைகள் விரைவில் தேர்ச்சியடைவார்கள்.

இன்னும் ஒரு பெரிய விஷயம். மனத்திற்குச் சிரமம் தராமல் தொழிலைக் கற்றுக்கொள்ளச் செய்யவேண்டும். பொம்மை பண்ணுதல், களிமண்ணால் தேசப் படங்களைச் செய்தல், சித்திரம் வரைதல், வர்ணங்களைத் தீட்டுதல், சுலபமான பாட்டுக்களைப் பாடுதல் இவைபோன்ற விஷயங்களையும் போதிக்கவேண்டும். இத்தகைய கல்வியினால் சிறுவர்களுடைய அறிவு பரிபூர்ணமாக வளரும். நாலுவிதக் காரியங்களைச் செய்வதால் குழந்தைகளின் மனம் சுறுசுறுப்பை அடைகின்றது. அவர்களுடைய புத்தி கூர்மையாகிறது; எழுதப் படிக்க ஆவல் ஏற்படுகிறது. பாடம் என்றால் பயந்து ஓடமாட்டார்கள். வெறும் புஸ்தகத்தைப் படிப்பதனாலேயே பையன்கள் கல்வியில் ஊக்கத்தை அடையமாட்டார்கள். வேலை செய்வதனால், சிறுவர்களுடைய புலன்களின் சக்தி விருத்தியடைகின்றது. அதன் மூலமாக ஏற்பட்ட ஞானம், அவர்களை எழுதப்படிக்கத் தூண்டு கிறது. கைவேலைப் பயிற்சி (manual training) இராவிட்டால், சிறுவர்களுக்குத் தொடக்கத்திலேயே கல்வியில் பற்றுதல் குன்றிவிடுகிறது. தன் கையாலேயே செய்த ஒரு வஸ்துவைக் கண்டு களிப்பதைவிட வேறு ஆனந்தம் உலகத்தில் என்ன இருக்கிறது? ஸ்ருஷ்டியில் ஆனந்தம் குடிகொண்டிருக்கிறது.

இந்த ஸ்ருஷ்டியின் ஆனந்தத்தைக் (joy of creation) குழந்தைகள் கண்டறிகிறார்கள்.

தாங்களே ஒரு வஸ்துவைச் செய்யும்போது மண்ணில் விதையை நட்டுச் செடி உற்பத்தியாவதையோ தம் கையினாலே ஸ்ருஷ்டிக்கப்பட்ட பொம்மைகளையோ பார்க்கும்போது அளவற்ற ஆனந்தம் அடைகிறார்கள் சிறுவர்கள். இதனால் அவர்களுடைய ஸ்வயத்திறமை (orginality) வெளிப்படும். மேல் நாடுகளில் பெரும்பாலும் எல்லா ஆரம்பப் பள்ளிக்கூடங்களிலும் மாணவர்களுக்குத் தோட்ட வேலை, வியாயாமம், வாசிப்பிற் கிடையில் களியாட்டம் ஆடுவது, வாத்தியங்கள் வாசித்தல், ஒன்று சேர்ந்து புதிய இடங்களைப் பார்க்கச் செல்லுதல், களிமண்ணில் பொம்மை பண்ணுதல், வேடிக்கையாகவே பல விஷயங்களைப் பற்றி அறிந்துகொள்ளுதல், பல நாடுகளின் வரலாற்றை அறிதல் இவை யாவும் கற்றுக் கொடுக்கப் படுகின்றன.

குழந்தைகள் தங்களுக்குத் தெரியாமலே விளையாட்டாக அநேக விஷயங்களைக் கற்றுக்கொண்டு விடுகிறார்கள். அவர்கள் கல்வி கற்பதைக் கதை கேட்பதென்றே எண்ணு கிறார்கள். ஆரம்பக் கல்விக்குப் பாட புஸ்தகங்களே தேவை யில்லை. செடி, கொடி இவற்றைப்பற்றிக் கற்றுக் கொடுக்க வேண்டுமானால் அவ்வப்பொருள்களைக் காட்டியே புகட்ட வேண்டும். ஆகாயம், நக்ஷத்திரம் முதலியவற்றைப்பற்றித் தெரிவிக்க வேண்டுமானால் நேரில் நக்ஷத்திரங்களையும் வானத்தையும் காட்டவேண்டும். பூகோளம் கற்றுக்கொடுக்க வேண்டுமானால் Globe முதலியவற்றின் உதவியை நாட வேண்டும். தேசசரித்திரம் புகட்ட விரும்பினால் பொருட்காட்சிச் சாலைகளுக்குக் குழந்தைகளை அழைத்துச் சென்று அங்குள்ள புராதனப் பொருள்களைப் பற்றித் தெளிவாக எடுத்து உரைக்க வேண்டும். பாடுவதற்கும், சித்திரம் வரைவதற்கும், செடி வளர்ப்பதற்கும் ஊக்கம் அளிக்கவேண்டும். இந்த அம்சங்கள் இராதுபோனால் ஆரம்பக்கல்வி வியர்த்தமே. பொருள்களை நேரில் கண்டறிந்த ஞானமே நிலைக்கும். 'ஏட்டுச் சுரைக்காய் கறிக்கு உதவாது'. சுவடியினால்மட்டும் ஏற்படும் அறிவு பயனற்றதே.

ஆரம்பக் கல்வி விஷயமாக என்னுடைய கொள்கைகளைச் சொன்னேன். பாட புஸ்தகங்களைப்பற்றி இன்னும் சொல்ல வில்லையே. நல்ல போதகாசிரியர் இராமற்போனால் ஆரம்பக் கல்விமுறையை நடத்தியும் பிரோயஜனமில்லை. ஆரம்பக் கல்வியின் அடிப்படையான நோக்கம், கற்றுக்கொள்பவரின் மனத்தில் விஷயங்களை நன்றாக ஊன்றும்படி செய்வதே. கல்வி புகட்டும் ஆசிரியர்கள் தங்கள் மாணவர்களிடம் அன்பும் இரக்கமும் கொண்டிருக்கவேண்டும். மாணவனுடைய நிலையில் தம்மை வைத்துக்கொண்டால்தானே மாணவர்களின் கஷ்டங்கள் உபாத்தியாயருக்குப் புரியும்? இதனால் ஆசிரியரின் ஸ்வரூபமே (Personality): *(1)* அதன் தன்மை, *(2)* கற்றுக்கொடுக்கும் முறை, *(3)* கற்றுக்கொடுக்கப்படும் விஷயங்கள் - பாட புஸ்தகங்கள்.

கல்விக்குத் தனிப்படையான ஒரு விசேஷமிராவிட்டால், அதன் நோக்கம் நிறைவேறாது. நற்குணமுள்ள ஓர் ஆசாரியனைத் தேடிவிட்டால் கல்வி முறையை நிர்ணயிப்பது சுலபமான காரியம். அப்புறம் எந்த விஷயங்கள் கற்றுக்கொடுக்க யோக்கிய மானவை என்பதைத் தெரிந்து கொள்ளவேண்டும். அதற்குமேல் தகுந்த பாட புஸ்தகங்களை வைத்துப் பாடங்களைச் சுலபமாகப் புகட்டிவிடலாம்.

உங்களுடைய க்ஷேமத்தையே என்றும் விரும்புகிறேன்.

3

மாந்தாலயச் சிறை

சமயத்தில் உன் கடிதம் கிடைத்தது. உடனே பதில் எழுதாததைப் பற்றி வருத்தப்பட வேண்டாம். மனத்தில் அமைதியின்மை யாவும் நீங்கி, மலர்ச்சியுடன் நீ உன் கடமைகளைச் செய்வாய் என்று எதிர்பார்க்கிறேன்.

'மனம் ஸ்வர்க்கத்தை நரகமாகவும், நரகத்தை ஸ்வர்க்க மாகவும், தன் இஷ்டப்படிகொள்கிறது'[1] என்று கவி மில்டன் (Milton) சொல்லியிருக்கிறார். நீ உன் நோக்கத்தைக் கைவிடாமல்

1. The mind is its own place and can make a hell of heaven and heaven of hell.

காரியத்தில் முனைவாயானால் வாழ்க்கையில் முன்னுக்கு வருவாய். உண்மையில் வாழ்வில் சில சமயம் இப்படித்தான் அமைதியின்மை ஏற்படும். இதைப் புறக்கணிக்க முடியாது.

நான் விடுதலையாகி வெளிவருவதைப் பற்றிக் கிஞ்சித் தேனும் யோசிக்கவில்லை. நீங்களும் அதைப்பற்றிச் சிந்திக்க வேண்டாம். இறைவனுடைய கிருபையால் நான் இங்கே அமைதியாகவே இருக்கிறேன். வேண்டுமானால் என் முழு வாழ்நாளையும் இங்கேயே கழித்துவிட்டாலும் விடுவேன். அத்தகைய உறுதி எனக்கு ஏற்பட்டிருக்கிறது. நான் சுபத்தைக் கோரினால் போதுமா? ஸர்வ ஜனனியான தாயின் இச்சை சுபமாகவே இருக்கவேண்டும். இன்னும் எழுதுவதற்கு ஒன்று மில்லை. அன்னையினிடத்தில் நம்பிக்கை வை. அவளுடைய அருளினால் நீ மோஹாந்த காரத்தையும் இடையூறுகளையும் கடந்து வருவாய். செய்யவேண்டிய கடமைகளைச் செய்து விட்டு, லோக மாதாவின் சரணங்களில் ஹ்ருதயத்தை நிவேதனம் செய்.

தென் கல்கத்தா ஸேவக ஸமிதியின் உழைப்பாளிகளுள் ஒருவரான ஸ்ரீமான் ஹரிசரண் பாக்சிக்கு எழுதிய கடிதத்தின் ஓர் அம்சம்.

சிறையும் கைதியும்

1

மாந்தாலய்ச் சிறை

2-5-25

என் பிரியமுள்ள திலீப்,

14.3.25இல் நீ போட்ட கடிதம் கிடைத்தது. அதைப் படித்து மகிழ்ச்சியடைந்தேன். நீ சந்தேகப்பட்டது போலவே, கடிதம் சரியாய்க் கைக்குவர அடிக்கடி தாமதம் ஏற்படுகிறது. கடிதங்கள் எல்லாம் (double distilation) வடிகட்டிச் சோதனை செய்யப்பட்ட பின்பு என்னிடம் வரவேண்டும். ஆனால் இந்தத் தடவை மட்டும் அப்படியொன்றும் நிகழவில்லை. ஆகவே நான் சற்று நிம்மதியை அடைந்தேன்.

உன்னுடைய கடிதம் என்னுடைய இதயத் தந்திகளை அசைத்து என் எண்ணங்களையும் நுகர்ச்சிகளையும் சோர்வு அடையாமல் செய்ததை வர்ணிக்க என்னால் எப்படி இயலும்? அதற்குத் தகுந்தவாறு எழுதும் ஆற்றலும் எனக்கு இல்லை. என்னுடைய இந்தக் கடிதம் மீண்டும் சோதனைக்கு உட்பட்டுச் செல்லுமோ என்ற வருத்தம் உண்டு; என் உள்ளத்தில் செல்லும் சிந்தனை வெள்ளம் வெட்ட வெளிச்சமாகி விடுமே என்ற தயக்கந்தான். அதனாலேயே நான் என் மனத்தில் உள்ளதை உனக்கு வெளியிடாமல் மறைத்துவிட்டேன். கற்சுவர்களின் மத்தியில் அடைபட்டு, இருப்புக் கதவுகளின் மறைவில் கிடந்து இன்று நான் எண்ணுவதையும் அனுபவிப்பதையும் கொஞ்ச நாள்வரை வெளிப்படுத்தாமலே இருப்பேன்.

காரணமின்றி, அல்லது யாருக்கும் தெரியாத ஒரு காரணத்தினால் நான் சிறையில் அடைபட்டிருக்கிறேன். இதை நினைக்கும்போது உனக்குக் கலக்கம் ஏற்படுவது சகஜமே. உயர்ந்த நோக்கங்களையுடைய உனக்கு என்னுடைய நிலைமையைப் பார்க்கும்போது கஷ்டமாகத் தான் இருக்கும். ஆனால் எப்போது இந்த நிலை ஏற்பட்டுவிட்டதோ அதை அத்யாத்மிக திக்கி லிருந்து நோக்கவேண்டும் அல்லவா? சிறையில் அடை பட்டிருக்க நான் ஆசைப்படுகிறே னென்பது அர்த்தமன்று. ஏனெனில், அப்படி நினைப்பது முழுப் புரட்டுத்தனமாகும். நல்ல ஸஹவாஸம் உடையவனாகவும், கல்விமானாகவும் இருப்பவன் காராக்கிருஹவாஸத்தை ஒருகாலும் விரும்பான். சிறையின் தொடர்பு மனிதனுடைய வளர்ச்சியைக் குலைத்து அவனை மிருகத்தினும் தாழ்ந்தவனாக ஆக்கிவிடுகிறது. இந்த வார்த்தை ஒவ்வொரு சிறைச்சாலைக்கும் ஏற்கும். குற்றவாளி களிலே பெரும்பாலோர் நேர்மையைப் பற்றிய அறிவையே இழந்தவராகி விடுகிறார்கள். இத்தனை நாட்கள் சிறையில் வாஸம் செய்வதனால் எனக்கு நேரான சந்தர்ப்பம் கிடைத் திருக்கிறது. இந்தக் கைதிகளின் இழிவான போக்கைக் கவனிக்க. சிறை விதிகளை முற்றும் சீர்திருத்த வேண்டுவது அவசியமே என்று தோன்றுகிறது. நான் வெளிவந்ததும் சிறைகளைச் சீர்ப் படுத்துவதில் முக்கியமாகக் கவனம் செலுத்துவேன். இந்தியாவின் சிறைச்சாலைகளே மிகவும் மோசமான நிலையில் இருக்கின்றன. அவை பிரிட்டிஷ் தீவுகளின் சிறைகளில் நடக்கும் முறை களையே பின்பற்றுவன. எப்படிக் கல்கத்தா ஸர்வகலாசாலை, லண்டன் ஸர்வகலாசாலையின் ஆதர்சத்தைப் பின்பற்றுகிறதோ அதேமாதிரிதான். சிறைகளைச் செப்பம் செய்ய நாம் அமெரிக்காவின் ஐக்கிய நாடுகளிலுள்ள உன்னதச் சிறைச்சாலை விதிகளை அனுசரித்தால் நன்றாயிருக்கும்.

இந்தப் புதுமுறையில் முக்கியமாக விளங்குவது புதுமனப் பான்மையே; குற்றவாளிகளை இரக்கத்துடன் நடத்துவதுதான். குற்றவாளிகளின் தீய செயல்கள் யாவும் மனோ சம்பந்தமான ஒரு கோளாறினால் - வியாதியினால் - ஏற்பட்டவையே. ஆகையால் அதற்கேற்றவாறே அவர்கள் சிகித்ஸை பெறவேண்டும்; நடத்தப்படவேண்டும். சில கொடூரமான தண்டனைகள் இந்தப் புதுமுறைகளைக் கொண்டுவரும்பொழுது நீக்கப்படுவது உசிதம்.

நான் சிறையில் இருக்கும்படி நேரிடாதுபோனால் இங்கே உழலும் கைதிகளின் பரிதாபகரமான நிலைமை எனக்கு எப்படித் தெரிந்திருக்கும்? என் கண்ணாலேயே பார்த்ததனால் நான் அவர்கள்பால் இரக்கம் கொள்ள நேரிட்டது. இந்த விஷயத்தில் சந்தேகமறச் சொல்லுவேன். நம் நாட்டுச் சித்திரகாரர்களோ, எழுத்தாளர்களோ கொஞ்சகாலமாவது சிறைவாஸம் செய்தால், நம்முடைய கலை, இலக்கியம் யாவும் மிகவும் புதிய பாவனை களுடன் விருத்தியடையும். காஜி நஜருல் இஸ்லாமின் கவிதை களில் அவருடைய சிறை அனுபவங்களே மிளிர்கின்றன. தம் காவ்யத்தின் சிறப்பிற்கு அவர் சிறைவாஸத்திற்கல்லவோ கடமைப்பட்டிருக்கிறார்?

நான் ஆழ்ந்து சிந்திக்கும்போது ஒன்று புலனாகிறது: நாம் படும் கஷ்ட நிஷ்டுரங்களின் மத்தியில் ஒரு மஹத்தான உத்தேசத்தைக் கொண்டே காரியத்தைச் செய்து வருகிறோம். வாழ்வின் ஒவ்வொரு கணமும் இந்தமாதிரி எண்ணம் வரத் தொடங்கினால் வேதனையோ, துன்பமோ நம்முன் நிற்காது. இதைக் குறித்தே நம் ஆத்மாவுக்கும் உடலுக்கும் துவந்துவ யுத்தம் நடக்கிறது.

உதாஸீனமானதோர் துறவு உணர்ச்சியே, ஸகஜமாக, சிறையிலடைப்பட்ட ஒருவனுடைய உள்ளத்தில் உலாவுகிறது. நானும் அந்தக் கோஷ்டியில்தான் சேர்ந்துவிட்டேன். இந்த நிலையில் நான் தத்துவ சம்பந்தமான நூல்களைப் படித்துக் காலத்தைக் கழிக்கிறேன். அவை என் சாரமற்ற வாழ்வில் எவ்வளவோ ஞானத்தையும் ஆறுதலையும் தந்திருக்கின்றன. ஒருவன் தன் மனத்துள்ளேயே நோக்குவானாயின் அவன் கண்டறியவேண்டிய விஷயங்கள் மாளாமல் இருக்கின்றன. சிறையிலிருந்தாலும் அவன் சற்றும் துயர் அடையான், அவனுடைய தேகநிலை மட்டும் கெடாது இருக்கும் பக்ஷத்தில். எனக்கு ஏற்பட்டிருக்கும் வேதனை மனோ சம்பந்தமானதன்று. என் சரீரந்தான் கெட்டுக்கொண்டே வருகிறது. அதற்குத்தான் இப்போது கஷ்டம். நான் எவ்வளவு திடத்துடன் நின்றாலும் அது என்னுடன் ஒத்துழைக்க மறுக்கிறது; நாளுக்கு நாள் துர்ப்பலம் அடைகிறது.

லோகமான்ய திலகர் சிறையில் வாழும் காலத்தில் தான் அந்த ஒப்பற்ற கீதாரஹஸ்யத்தை இயற்றினார். மனத்தைப்

பொறுத்தவரையில் அவருக்கு அப்போது சிறைவாஸத்தினால் யாதொரு நஷ்டமும் ஏற்படவில்லை. இதை நான் உறுதியாகக் கூறுவேன். ஆனால் மாந்தாலய்ச் சிறையில் ஆறு வருஷகாலம் கிடந்ததே அவருடைய அகால மரணத்திற்குக் காரணம். இது முற்றும் உண்மை.

சிறையில் இருக்கும்போது ஏற்படும் ஏகாந்தமே ஒரு மனிதனுக்கு வாழ்வின் கடினமான பிரச்னைகளை ஆராயும் ஸந்தர்ப்பத்தைத் தருகிறது. இது என் அனுபவம். வாழ்வில் தனிப்படையாகவும் பொதுவாகவும் இருக்கும் ஸமஸ்யைகள் அநேகம். அவற்றை ஆராய்ந்து ஒரு முடிவிற்கு வர, நான் சிறையினுள் புகுவதன்முன் இருந்ததைவிட இப்போது அரிதான பாக்கியம் கிட்டி யிருக்கிறது எனக்கு.

முன்பெல்லாம் என்னால் இம்மாதிரி சிக்கலான பிரச்னை களை ஆலோசிக்கவே முடியாமல் இருந்தது. இன்றோ அவை தெளிவாகவும் விசதமாகவும் எனக்குப் புலனாகின்றன. இதனால் என்னுடைய சிறைவாசம் அனுகூலத்தையே செய்திருக்கிறது; இங்கு நான் ஞான லாபம் அடைந்திருக்கிறேன். என் சரீரத்தில் பலம் ஒடுங்கும்வரை இந்தத் தத்துவ திருஷ்டியுடனேயே இருக்க முயல்வேன்.

நான் காராக்ருஹத்தில் இருப்பதை நீ martyrdom என்று பெயர் வைத்துச் சொல்லுகிறாய். இதுவே உன்னுடைய ஆழ்ந்த நோக்கத்தைக் காட்டுகிறது. ஆனால் எனக்குள்ள சிறிது humour and proportions பற்றிய அறிவைக்கொண்டு (அப்படி இருக்கிற தென்று எண்ணுகிறேன்) என்னிடம் 'martyr' என்று சொல்லிக் கொள்ளக் கூடிய அகம்பாவம் இல்லையென்றே சொல்லுவேன். இந்த அகம்பாவத்தை முற்றும் மீறிச் செல்லவேண்டும். இந்த முயற்சியில் நான் பலனைப் பெற்று இருக்கிறேன். அது என் நண்பர்களுக்கும் தெரியும். Martyrdom என்று சொல்லப்படும் இந்த நிலையை ஆதாரமாகக் கொண்டு பின்பற்றுவது சற்றுக் கடினமே.

நம்மை அறியாமலே மூப்பின் குறிகள் நம் உடலில் தோன்றுகின்றன. அகாலமான கிழத்தனம் நம்மை வந்து பற்றிக் கொள்ளுகிறது. இந்த விஷயத்தில் நாம் சற்று ஜாக்கிரதையுடன் இருக்கவேண்டும். மனிதன் வெகுநாட்கள் சிறையில் அடை

பட்டிருப்பதனாலேயே அவனுடைய சரீரமும், மனமும் சீக்கிர மாக முதுமையை அடைந்து விடுகின்றன. இது உனக்கு எப்படி தெரியப்போகிறது? இதற்கு அநேக காரணங்கள் உண்டு: கேடான உணவு, தேகப் பயிற்சியின்மை, விளையாட்டு வேடிக்கைகளில் மனத்தை ஈடுபடுத்தும் ஸந்தர்ப்பம் இன்மை, ஸமூகத்திலிருந்து பிரிக்கப்பட்டு வாழ்வது, பிடிக்காத கட்டுத் திட்டங்களுக்கு அடங்குவது, ஒருவனுடைய நிழலின் கீழ் இருப்புத்தளை பூண்டு வாடி வருந்துவது, நண்பர்கள் இராத குறை, இன்னிசை கேட்டு ஆனந்திக்க முடியாத நிலை. கடைசியில் சொன்ன விஷயம் விரைவில் ஒருவனைக் கிழவனாக்கி விடுகின்றது. சில விதக் குறைகள் இருக்கின்றன. அவற்றை மனிதனால் சுயமாகவே நிவர்த்தி செய்துகொள்ள முடியும். சில குறைகளை வெளி உதவியினால்தான் போக்கிக்கொள்ள முடியும். வெளி உதவியிலிருந்து வஞ்சிக்கப்படுவதனால் மட்டும் இந்த அகால மூப்பு ஏற்படுவது கிடையாது. ஆலிபுரம் ஜெயிலில் ஐரோப்பியக் கைதிகளின் நிமித்தம் வாரந்தோறும் சங்கீதம் கேட்கும் வசதி ஏற்படுத்தி இருக்கிறார்கள். ஆனால் அத்தகைய சௌகர்யம் ஒன்றுமே இல்லை நம்மவர்க்கு. வனபோஜனம், சங்கீத சர்ச்சை, ஓய்வு நேரங்களில் ஒருவரோடு ஒருவர் சம்பாஷணை செய்தல், திறந்த வெளியில் விளையாடுதல், தங்களுக்கு இஷ்டமான இலக்கியங்களைப் பயிலுதல் இவை யாவும் நம்முடைய வாழ்வைத் துயரில்லாமற் செய்து இனிமை யாக்குகின்றன. சிறையில் நம்மைப் பலாத்காரமாக அடைத் திருக்கிறார்கள் என்ற எண்ணமோ, ஏக்கமோ, உண்மையில் நமக்கு ஏற்படாது. இப்படி ஒரு சௌகர்யம் நமக்கும் இருந்தால்?..... சிறைகளில் கைதியின் சரீர வளர்ச்சிக்கும், மன எழுச்சிக்கும் தக்க சௌகர்யங்கள் அளிக்கும்வரை கைதிகளின் கேடான நிலைமையைச் சீர்ப்படுத்துவது முடியாத காரியம். இந்தக் காலத்தில் வெளி தேசங்களில் கடைப்பிடிக்கும் உயர்ந்த முறைகளைப் பின்பற்றாவிட்டால் நம்முடைய சிறைக் கூடங்கள் பழைய ஊழல்களிலேயே அழுந்திக் கிடக்கும்.

தன் சுற்றத்தவர்கள், ஸ்நேகிதர்கள், பொது ஜனங்கள் ஆகிய இவர்களின் அனுதாபத்தையும், நல்ல அபிப்பிராயத்தையும் பெறுவதனாலே சிறையில் வதங்கும் ஒருவன் படும் வேதனை பெரும்பாலும் நீங்கிவிடுகின்றது. ஸாதாரணமான ஒரு கைதிக்கு

இந்தமாதிரி அதிர்ஷ்டம் கிட்டுவதில்லை. விடுதலை அடைந்ததும் அரசியல் குற்றவாளிக்கு, நாட்டார் தன்னை ஸந்தோஷத்துடன் வரவேற்பார்களென்ற நம்பிக்கை இருக்கிறது. ஆனால் ஸாதாரணமான ஒரு கைதிக்கு அத்தகைய ஆறுதல் ஏற்படுவதில்லை. தன் வீட்டாரைத் தவிர்த்து வேறு யாரிடத்திலும் அனுதாபத்தைப் பெற முடியாது என்று அவனுக்கு நன்றாகத் தெரியும். அதன் பொருட்டே உலகத்தவர் எதிரே வர அவனுக்குக் கூச்சம் ஏற்படுகிறது. என்னுடைய விடுதியில் (Yard) உள்ள எல்லாக் கைதிகளும் தாங்கள் சிறையில் கிடப்பது தங்களவர்க்குத் தெரியவே தெரியாதென்றும், தாங்கள் அதை அவர்களுக்கு அறிவிக்கவில்லையென்றும் சொல்லுகிறார்கள். மானத்திற்கு அஞ்சி வீட்டாருக்குக்கூடத் தங்களுடைய நிலைமையைத் தெரிவிக்கவில்லை அவர்கள். இதை அறியும்போது எனக்கு வருத்தமே ஏற்படுகிறது. நாகரிகம் அடைந்ததாகப் பெருமை கொள்ளும் ஸமூகம் இந்தக் குற்றவாளிகளின் மீது ஏன் இரக்கம் கொள்ளவில்லை?

என்னுடைய சிறை அனுபவங்களையும், அதை ஒட்டி உண்டான என்னுடைய எண்ணங்களையும் எழுத வேண்டுமானால் இந்த ஒரு கடிதம் போதாது. என்னால் முடியுமானால் இந்த விஷயங்களை அடிப்படையாகக் கொண்ட ஒரு புஸ்தகமே எழுதிவிடுவேன். ஆனால் அதற்கு வேண்டிய ஆற்றலோ ஊக்கமோ இப்போது என்னிடத்தில் இல்லை.

சிறையில் படும் எங்களுடைய கஷ்டங்கள் தேகத்தைக் காட்டிலும் மனத்தையே வாட்டுகின்றனவென்று சொல்லுவேன். பீடிப்பும் அவமதிப்பும் இராது போனால் இந்தக் கைதிவாழ்வு அவ்வளவாக வருத்தத்தை இழைக்காது. ஆனால் எங்களை உள்ளூறத் துன்புறுத்துவது மேலே இருக்கும் அரசாங்கத்தாரின் தூண்டுதலே. ஜெயில் நிர்வாகிகளுக்கும் இதற்கும் யாதொரு சம்பந்தமும் இல்லை. மேலே உள்ளவர்கள் ஏவியபடி அவர்கள் எங்களை நடத்துகிறார்கள். அவர்கள்மீது ஏன் பழிகூற வேண்டும்? இப்படி இருக்குமென்றுதான் நான் எண்ணுகிறேன். எங்களைத் துன்புறுத்தும் வர்க்கத்தினரைப் பற்றி மனிதன் ஒருகாலும் சிலாக்கியமாக நினைத்துக் கொள்ளமாட்டான். இந்த உலகத்தின் கவனத்தையே மறந்து, நாங்கள் உள்ளத்தில் ஓர் ஆனந்தமயமான உலகத்தை ஸ்ருஷ்டித்துக் கொள்ளுகிறோமென்று பயந்தோ

என்னவோ இந்த ஹிம்ஸைகள் இழைக்கப்படுகின்றன. சிறையில் கனவு காணும் எங்கள் மனத்தைக் கலைத்து, எங்களைச் சுற்றிலும் கடினமான விதிகளால் அமைந்த சிறையின் கவனத்தை நாங்கள் மறக்காமல் இருப்பதற்காக இது மேலேயிருப்பவர்கள் செய்யும் பிரயத்தனம் போலும்!

மனிதன் விடும் கண்ணீர் நாளுக்கு நாள் இந்த உலகத்தின் அடிப்பரப்புவரை உறைத்து வருகிறது. எங்களுடைய நிலைமை அனுதினமும் உன்னைத் துயரப்படும் படி செய்கிறதல்லவா? ஆனால் இந்தக் கண்ணீர் முற்றும் துக்கத்தினால் ஏற்பட்டதல்ல. அதில் இரக்கம், அன்பு இவற்றின் துளிகளும் கலந்து இருக்கின்றன. நிரம்பி ஓடும் ஓர் இன்பப் பெருக்கில் மிதக்கவேண்டுமானால் இப்படித் துக்கம் கஷ்டமென்ற சிற்றலைகளுக்குப் பயந்தால் முடியுமா? என்வரைக்கும் திகிலடைந்தோ, உத்ஸாஹம் இழந்தோ போய்விட யாதொரு காரணமும் ஏற்படவில்லை. துயரினால் வரும் அனுபவமே நாம் செய்ய வேண்டி இருக்கும் தொழிலை மஹோன்னதமாகவும், பயனுடையதாகவும் செய்யும். கஷ்டப் படாமல் காரியத்தை ஸாதிப்பதில் என்ன அர்த்தம் இருக்கிறது? நீயே சொல்.

சில நாட்களுக்கு முன் நீ அனுப்பிய புஸ்தகங்கள் யாவும் கிடைக்கப்பெற்றேன். அவற்றைப் படிக்க இங்கு வாசகர்கள் அநேகர் மொய்த்துக் கொண்டிருக்கிறார்கள். அதனால் இப்போது திருப்பியனுப்ப முடியாமல் இருக்கிறேன். நீ பொறுக்கி அனுப்பி வைத்த புஸ்தகங்கள் நன்றாயிருக்கின்றன என்று சொல்லவும் வேண்டுமோ? இன்னும் புஸ்தகங்களை அனுப்பினால் ஆதர வுடன் பெற்றுக்கொள்ளக் கடவேன்.

2

மாந்தாலயச் சிறை
25-6-25.

பிரியமுள்ள திலீப்,

என் கடைசிக் கடிதத்திற்கு அப்புறம் உன்னிடமிருந்து மொத்தம் மூன்று கடிதங்களே கிடைத்தன. அவை வந்த தேதி வரிசை வாரியாக, மே 6. மே 15, ஜுன் 15. நீ அனுப்பிய

கடைசிப் புஸ்தகப் பார்ஸல் எனக்குக் கிடைத்தது. டர்ஜநிவின் 'புகை' (Smoke) என்னும் புஸ்தகம் வரவில்லை. பார்ஸல் சோதனைக்காக உடைக்கப்பட்டபோது அந்தப் புஸ்தகத்தை அவர்கள் மறைத்திருக்கவேண்டும். ஸூபரிண்டெண்டெண்டை இந்த விஷயமாக விசாரிக்கச் சொல்லி இருக்கிறேன். நீயும் D.I.G., C.I.D.க்கு எழுதி இதைப்பற்றித் தெரிந்துகொள்க.

பெர்ட்ராண்ட் ரஸ்ஸலின் Prospects of Industrial Civilisation என்ற நூலைப் பஹரம்புரச் சிறையிலுள்ள சில கைதிகள் படித்துக் கொண்டிருக்கிறார்கள். நான் வேறிடம் மாற்றப்பட்டபோது பலர் அந்தப் புஸ்தகத்தைக் கொடுத்து விட்டுப் போகும்படி என்னைக் கேட்டுக் கொண்டார்கள். உண்மையில், நான் அவ்விடத்தை விட்டு வரும்போது ஒரு சிறைவாஸி அதை ஊக்கமாய்ப் படித்துக் கொண்டிருந்தான். அந்தப் புஸ்தகம் உனக்கு அவசியமாக வேண்டியிருக்கும் என்பதை யோசியாமல் அதை வைத்துவிட்டு வந்தேன். ரஸ்ஸலின் புஸ்தகத்தைக் கண்டால் எல்லோரும் ஆவலுடன் படிக்கவருகிறார்கள். மொத்தத்தில் புஸ்தகம் கைக்கு வருவதில்லை. அதைச் சீக்கிரம் படித்துவிட்டுக் கொடுக்க யாருக்கும் மனம் வருவது கிடையாது. இன்று பஹரம்புர ஜெயில் ஸூபரிண்டெண்டெண்டிற்கு அப்புஸ்தகத்தை உன் விலாசத்துக்கு அனுப்பிவிடும்படி கடிதம் எழுதியிருக்கிறேன். நீயும் அவருக்கு எழுதித் தெரிவித்துக்கொள். உனக்குப் புஸ்தகம் மிக அவசியமாக வேண்டியிருக்கும்போது அதை உடனே அனுப்ப முடியாதிருப்பது பற்றி வருந்துகிறேன். எனக்கு இப்படி இக்கட்டுகள் வருமென முன்பே தோன்றவில்லை. "Free Thought and Official Propaganda" என்ற புஸ்தகம் என்னிடம் இல்லை. அதை நீ எனக்கு அனுப்பியிருந்தாயா என்ன? புஸ்தகங்களைப் பொறுக்கி அனுப்பியதைப்பற்றி மிகவும் வந்தனம். நீ ஈடுபட்டுத் தொடர்ந்திருக்கும் காரியம், பகவத் கிருபையால் நன்றாக நடக் கட்டும். உன்னுடைய இலக்கியங்களைப் படித்து அவற்றைக் கொண்டாடுகிறேன் என்று சொல்லவேண்டிய அவசியமே இல்லை. புஸ்தகம் பிரசுரிப்பதன் முன், அதன் முகப்புப் படத்தைக் கவனித்துப் போடுக. சமீபத்தில் 'வங்க வாணீ' என்ற பத்திரிகையில் ரவீந்த்ரநாதரைக் குறித்து நீ எழுதிய ஒரு கட்டுரையை மட்டும் பார்க்க நேரிட்டது. அதை நான் இன்னும் முழுமையும் படிக்கவில்லை. ஆனால் விஷயம் என்னவோ

ஸ்வாரஸ்யமாக இருக்கும்போல்தான் தோன்றுகிறது. இப்போ தெல்லாம் என் மனம் குன்மம் பிடித்தாற்போல் இருக்கிறது. நம்மவரெல்லாங்கூட இப்படியே சோர்வுற்றுச் சிந்தனையில் ஆழ்ந்திருப்பார்களென்றே நினைக்கிறேன். இதற்கெல்லாம் காரணம், அந்த மஹாப்ராணவானான தேசபந்துவின் பிரிவே!

பத்திரிகைகளில் இந்தத் துயரச் செய்தியைப் பார்த்ததும் என் கண்களை என்னால் நம்பவே முடியவில்லை. அப்படிக்கூட ஏற்படுமோ என்று தோன்றிற்று. அச்சோகச் செய்தி முற்றும் உண்மையே என்று தெரிந்தது. நம்முடைய வங்க ஜாதியினர் பெரிய துர்ப்பாக்கியம் பிடித்தவர்களாயினரே! என்னே இந்தக் கஷ்டம்! உள்ளுக்குள் குமுறும் வேதனையை வாயார அரற்றி வெளியே விட்டு மனத்தை லேசாக்கிக்கொள்ள விரும்பினாலும் முடியவில்லையே. இன்று மனத்தின்கண் உதிக்கும் அவரைப் பற்றிய நினைவுகள் எவ்வளவு தூய்மையானவை! நமக்கு - நம் நாட்டிற்கு - ஏற்பட்ட இந்தப் பெரு நஷ்டம் இப்படியே தீராது விளைவிக்குமே! இந்த வேதனையே என்னைத் திடுக்குறச் செய்கிறது, அல்லும் பகலும்.

அவருடைய பிரிவினால் எனக்கு நீங்காத் துயரம் ஒரு பக்கம் இருக்கிறது. ஒரு பக்கம் என் மனோலோகத்தில் அந்த மஹா புருஷனை நெருங்கிக் காணும் இன்பத்தையும் அடைகிறேன். அவருடைய உயர்ந்த குணங்களை ஆராய்ந்து அவரைக் குறித்து ஏதாகிலும் எழுதுவது இப்போது என்னால் முடியாத காரியம். நான் அவருடன் பழகிய பாக்கியம் பெற்றிருந்ததனால் அவரை நான் பலவிதமான தோற்றங்களில் கண்டு களித்திருக்கிறேன். அவருடைய அற்புத ஸ்வபாவ சித்திரங்களை ஒரு நாள் இந்த உலகத்தவர் கண்முன் காட்ட முடியுமென்ற நம்பிக்கை இருக்கிறது எனக்கு. அவருடைய விஷயங்கள் என்னைப்போல் பலருக்குத் தெரிந்திருக்கலாம். அவர்களால் அதை வெளியிட முடியும். ஆனால் அவற்றை வெளியே சொல்லப் பயப்படுகிறார்கள்; சந்தேகம் கொண்டு அலைகிறார்கள்; அவருடைய மேன்மையின் பூர்ண பரிசயம் பெறாமல், அவரைச் சிறுமைப்படுத்த முயலு கின்றனர்.

நீயும் என்னைப்போலவேதான் அபிப்பிராயம் கொண்டிருப் பதாகத் தெரிகிறது. வாழ்வில் இப்படித்தான் பெருந்துன்பங்கள்

ஏற்படுகின்றன. இம்மாதிரியான சில துயரங்கள் என்னை அணுகும்போது, நான் அவற்றை மகிழ்ச்சியுடன் பரிக்க முடியாமல் இருக்கிறேன்! எல்லாவற்றையும் இன்முகத்துடன் ஸஹித்துக் கொள்வேன் என்று சொல்லிக்கொள்ளும் தத்துவ ஞானியல்ல நான். அத்தகைய போலிக் கூற்றுடையவனும் அல்ல. ஆனால் சில துர்ப்பாக்கியவான்கள் இருக்கிறார்கள். ஏன்? அவர்களை உண்மையான பாக்கியசாலிகள் என்றே சொல்லவேண்டும். கஷ்ட நிஷ்டுரங்களை அனுபவிக்க வேண்டியே அவர்கள் தலையில் எழுதியிருக்கிறது. துன்ப மென்னும் பானத்தை உட்கொள்ளும்போது அதைக் கடைசிச் சொட்டு வரை உட்கொள்ளுவதே நலம். இத்தகைய ஆத்மபலி, கொடூரமான விதியின் அதிர்ச்சியைத் தாங்கிக் கொண்டு அதன் வலிமைக்கு அடிபணிகிறது.

நமக்குள்ள ஸ்வபாவிகமான பொறுமையை அது கட்டாய மாகப் பலப்படுத்தும். பெர்ட்ராண்டு ரஸ்ஸல், ''வாழ்வில் ஏற்படும் எல்லாத் துன்பங்களினின்றும் தப்ப மனிதன் முயல்கிறான்'' என்று சொல்லும் பேச்சு ஓர் அசல் குடும்பி கொள்ளும் அபிப் பிராயத்தையே காட்டுகிறது. ஆனால் என்னுடைய கொள்கையை மட்டும் உண்மையான துறவியும், துறவியின் தோலைப் போர்த்துக் கொண்டிருக்கும் பண்டனும் ஆமோதிக்கவே மாட்டார்கள்.

தத்துவ ஞானத்தையோ, உயர்ந்த பாவனைகளையோ நுகராத ஒருவன் தீராத் துயர் கொள்வான் என்று நீ சொல்வது சரியல்ல. ஞானம் வராதவர்களுக்குக் கூட ஒரு தனி மனோபாவம் இருக்கிறது. அத்யாத்மிக நோக்கிலிருந்து பார்த்தால் அவர்கள் ஞானசூன்யர்களாகத் தோற்றினாலும் அவர்களும் ஏதோ ஒரு நம்பிக்கையின் பேரில்தான் அதை விரும்பி அழைத்துக் கொள்ளு கிறார்கள். பல்வேறு துன்பங்களுடன் போராடுகையில் இந்த அசையா பக்தியின் ஊற்றினின்றே அவர்கள் துணிவையும் பெறுகின்றனர். இங்கு என்னுடன் சிறையின்துன்பத்தை அனுப விக்கும் பலர் தத்துவஞானிகளாக இராவிட்டாலும், அவர்களுந் தான் வாய் திறவாமல் கஷ்டங்களை ஸஹித்துக்கொண்டு பெரிய வீரர்களுக்கு உரிய பொறுமையுடன் இருக்கிறார்கள். பேருக்கு அவர்கள் ஞானிகளாக இராவிடினும் நான் அவர்களை பாவனா

சூன்யர்களென்று கருதவேமாட்டேன். உலகத்தில் யாரார் உழைப்பாளிகளோ அவர்கள் யாவரும் இந்த வர்க்கத்தினரே.

ஒரு குற்றவாளியைத் தூக்குமேடைக்கு எதிரில் வந்து நிறுத்தும்போது சாவதற்குப் பயப்படுகிறா னென்பதும், மஹத்தான ஓர் உண்மையை நிலைநாட்டப் பிராணனைத் துறக்க முற்படும் ஒரு மகாத்மா (Martyr) நமனை அஞ்சுவதில்லை என்பதும் பெரும்பான்மையோருடைய எண்ணம். ஆனால் இது தவறே. இது விஷயமாக ஆராய்ந்த சில உண்மைகளைக் கொண்டு ஒரு சித்தாந்தத்திற்கு வந்திருக்கிறேன். ஸாதாரண மாகவே கொலைக் குற்றத்திற்காகத் தண்டிக்கப்பட்ட ஒருவன் தைரியத்துடன்தான் பிராணனை விடுகிறான். உயிர்ச் சுருக்குக் கழுத்தை வந்து இறுத்துமுன் அவனும் பகவானுடைய பாதங் களை நம்பித்தான் தீரமாக நிற்கிறான். அந்த நிலையில் நடுங்கி, மூர்ச்சையாக விழுந்தவனை நான் இதுவரையில் கண்டதில்லை. நான் சொல்லப் போகும் ஸம்பவம் ஒரு சிறைக் காவலன் எனக்குக் கூறியது. தூக்குத் தண்டனை விதிக்கப்பட்ட ஒரு கைதி, அவனிடம் உண்மையில் தான் ஒருவனைக்கொன்றதாகவும், அதற்காகத் தன் தவற்றினை நினைந்து வருந்தவில்லை யென்றும், ஏனென்றால் கொன்றது நியாயமான காரணத்தைக் கொண்டு தானென்றும் சொன்னானாம். அதற்குப் பிறகு மனோ திடத்துடனேயே தூக்கு மேடையில் அந்தக் கைதி உயிரை விட்டதாகக் கூறினான் காவலாளி.

குற்றவாளிகளின் மனப்போக்கை ஆராய்ந்து அறிவதில் எனக்கோர் ஆசை. அதனால் சில அற்புதமான உண்மைகள் புலனாகின்றன. அதிகாரிகள் மொத்தத்தில் குற்றம் செய்து தண்டிக்கப்பட்டவர்களைச் சரிவரக் கவனிப்பது இல்லை. அவர்களுடைய மனக்கோளாறுகளைச் சீர்திருத்த யாதொரு முயற்சியும் எடுத்துக்கொள்வதில்லை. 1922ஆம் வருஷம் நான் சிறைவாசம் செய்யும்போது ஒரு கைதி எங்கள் விடுதியில் வேலையாளாக நியமிக்கப்பட்டிருந்தான். தேசபந்துவும் நானும் ஒரே அறையில் இருக்க நேரிட்டது. தேசபந்து மிகவும் இளகிய மனத்தையுடையவர். இயற்கையாகவே இந்த வேலைக்காரக் கைதியிடம் அவருக்குப் பற்றுதல் உண்டாயிற்று. கைதியோ ஒரு பழைய குற்றவாளி. எட்டுத் தரம் மண்ணுக்குப் போனவன்.

அப்பேர்ப்பட்ட கைதேர்ந்த ஆசாமிக்கும் தேசபந்துவிடம் அவனையும் அறியாமலே ஒரு பாசம் மூண்டது. இந்த நட்பினால் அவனிடம் ஆச்சரியகரமான மாறுதல்கள் தோன்றின. தேசபந்து சிறையினின்று மீளுகையில், அந்தக் குற்றவாளியை அவன் விடுதலையடைந்த பின் தம்முடன் வந்து பழகும்படியும், பழைய துன்மார்க்க நண்பர்களுடன் அவன் சேரக் கூடாதென்றும் உபதேசம் செய்தார். அந்தக் கைதியும் அவர் சொன்னபடியே முதலில் நடந்துகொண்டான். நடு நடுவே எப்போதாவது பழைய வாஸனைகள் வந்தபோதினும் அடங்கி யொடுங்கி வாழ்வைக் கழிக்கலானான். தேசபந்து நம்மை நிராதரவாக விட்டுவிட்டு மறைந்தது அந்தப் பழைய குற்றவாளிக்குத் தெரிந்தால் நினைந்து உருகுவானென்றே எண்ணுகிறேன்.

வாழ்க்கையில் ஏற்படும் ஒரு சிறு நிகழ்ச்சியே மனிதனைக் கேடான நிலையிலிருந்து முன்னுக்குக் கொண்டு வந்து விடுகிற தென்று உலகத்தவர் கூறுகின்றனர். அது நிஜமானால், தேசபந்து நாட்டிற்குச் செய்த பெருந்தொண்டை விடுத்து நோக்கினும் அவரை ஓர் அவதார புருஷரென்றே நாம் போற்றவேண்டும்.

நான் எதைச் சொல்ல வந்தேனோ அதைவிட்டு எங்கேயோ போய்விட்டேனே. இதோடு என் கடிதத்தை நிறுத்திக்கொள்வது உசிதம். நீ கேட்ட விஷயங்களுக்குத் தகுந்த பதிலையும் நான் எழுதினபாடில்லை. தபால் எடுக்கும் நாழிகையும் நெருங்கி விட்டது. கடிதம் இதோடு முற்றுப்பெற்றால்தான் இன்றைய தபாலுக்குப் போடமுடியும். என்னைப்பற்றி, அதாவது எனது உடல் நிலையைப்பற்றி நீ கவலை கொண்டிருப்பதை நான் உணர்கிறேன். அடுத்த கடிதத்தில் எழுதவேண்டிய செய்திகள் இன்னும் இருக்கின்றன.

பின்வரும் இரு கடிதங்களும் ஸ்ரீயுக்த திலீப் குமார் ராய் அவர்களுக்கு எழுதியவை

கக்ஷிச் சண்டையும் வங்காளத்தின் வருங்காலமும்

மாந்தாலய்ச் சிறை

அன்பிற்கு உகந்தவரே!

தங்களுடைய 2-5-26 தேதிக் கடிதத்தைக் கண்டு மகிழ்வுற்றேன். அதற்கு உத்தரம்போடத் தாமதமானதைப்பற்றி க்ஷமிக்கவும். நான் என் இஷ்டப்படி இப்போது நடக்கமுடியாதென்பது உமக்குத் தெரிந்த விஷயமே. உம்முடைய கடிதத்தின் வாயிலாக பவானிபுரத்தைப்பற்றிய ஸகல சமாசாரங்களையும் அறிந்து ஒருபுறம் ஆறுதலையும், மற்றொருபுறம் வருத்தத்தையும் அடைந்தேன். வரவர வங்காளத்தில் கக்ஷிச் சண்டைகளும் வீண் வாதங்களும் வலுத்து வருகின்றன. எங்கே தொண்டு செய்யப்பட வில்லையோ அங்கே இந்தச் சச்சரவுகள் அதிகமாக இருக்கின்றன. பவானிபுரத்தில் உள்ளவர்களாவது கொஞ்சம் கருமத்தில் கண்ணாயிருப்பதாகத் தெரிகிறது. அதனால் அங்கே இத்தகைய அவகேடான நிலைமைகள் இராததைப்பற்றி ஸந்தோஷம். சண்டைக்கு வரமட்டும் இவ்வளவு மனுஷ்யர்கள் இருக்கிறார்களே ஒழிய, இந்த விரோதங்களைத் தீர்த்து ஸமரஸப்படுத்த வருவார் யாருமில்லையே! இந்த மனஸ்தாபங்களினால் இன்று வங்காளம் ஸ்ரீயுக்த அநில் பரண் ராயைப்போன்ற ஓர் இணையற்ற ஸ்வதேச ஸேவகரை இழந்துவிட்டது. இன்னும் விரைவில் எத்தனை நல்ல உழைப்பாளிகள் இதனால் ஒதுங்கி விடுகிறார்களோ தெரியாது? இன்று வங்காளிகள் கண் இழந்து விட்டார்கள்; கலக விவாதங்களில் மூழ்கியிருக்கிறார்கள்.

எவ்வளவு நன்மதி கூறினும் அவர்கள் செவிக்கு ஏறுமா? தனக் கென்ற எண்ணத்தைவிட்டுப் பிறருக்காகத் தன் வாழ்வைத் தர முன்வருபவனைக் காணோம். பலர் தம் சுகத்தையும் கருதாது இயற்றிய ஒரு மஹத்தான காரியம் இப்படி அவலமாய்ப் போய் விடுமோ? மாசற்ற அக்கினிக் கொழுந்துபோல் தியாகமானது தோன்றி வங்காளத்தை முன்னணிக்குக் கொண்டுவந்தது. அந்தத் தெய்விக ஒளிபெற்றுச் சிறிது காலத்திற்குள்ளே வங்காளிகள் ஸ்வர்க்கத்தை நெருங்கி வந்துவிட்டனர். ஆனால் அந்த ஒளி மங்கிவிட்டதே? வங்காளிகள் பழையபடி சுயநலத்தையே கருதி, பாழும் படுகுழியில் விழுந்துவிட்டார்களே! இன்று வங்காளத்தில் எங்கும் பதவிக்கும் பேருக்கும் பெரிய போர் மூண்டிருக்கிறது. சாமர்த்தியம் படைத்தவர் இடங்களைச் சுலபமாகப் பற்றிக் கொள்கிறார்கள். திறமையற்றவர்கள் அவர்களை அதனின்றும் இழுத்து எறியக் கங்கணம் கட்டிக்கொண்டு வேலை செய் கிறார்கள். இவ்வளவு நீசமாகவா போய்விடும் வங்காளத்தின் நிலைமை? இருபக்ஷத்தாரும் ''தேச முன்னேற்றம் எங்கள் மூலமாகத் தான் வரவேண்டும்'' என்று போட்டி போடுகிறார்கள். பதவிக்கும் பொருளுக்கும் வீங்கி அலையும் இந்த அரசியல் வாதிகள் தங்களுடைய சச்சரவுகளை என்று விடுவார்களோ? தன்னை முற்றும் பலிதரும் ஒரு ஸத்யமான உழைப்பாளி இன்று வங்காளத்தில் இல்லையா?

மானஸிக, பாரமார்த்திக உன்னதியை அடையும் மார்க்கத் தையும் கைவிட்டு தேச ஸேவைக்காக முன்வரும் புண்ணிய வான்கள், இந்த மாதிரி சின்னத்தனமான நடவடிக்கைகளிலும் கலக விவாதங்களிலும் நாட்டு மக்கள் தலையிடுவதைப் பார்த்து, அரசியல் துறையிலிருந்து வெறுப்புற்று விலகுவதில் என்ன அதிசயம் இருக்கிறது? மானஸிக பாரமார்த்திக மங்களத்தையும் துச்சமாக எண்ணிப் பொதுஜன நன்மைக்காக உழைக்கும் கர்மவீரர்கள் தம் விரதத்திலிருந்து நழுவிக் கடைசியில் இச்சிறு சண்டைகளில் மூழ்கி இருப்பார்களா? அதற்காக அவர்களைக் குறை கூறுவதில் பிரயோஜனமில்லை. இந்தமாதிரி வங்காளத்தின் நிலைமை சீரடையாது போய்க்கொண்டிருக்குமானால், சீக்கிரத்தில் ஸ்வயநலமற்றவர்கள் பலர் அநில்பரண் ராயைப் பின்பற்றித் தேச ஸேவையிலிருந்து விலகியே நிற்பார்களென்று எனக்குத் தெளிவாகத் தோன்றுகிறது.

இன்று வங்காளத்தில், தொண்டு செய்பவர்களிடையே வியாபார புத்தியும், காசுகுவிக்கும் மனப்பான்மையும் பரவிக் கொண்டே வருகின்றன. ''எங்களுக்குப் பதவிவேண்டும், முக்கியமான பொறுப்பை எங்களிடந்தான் தரவேண்டும். நாங்களே பிரதான காரியஸ்தர்களாக வேண்டும். இல்லா விட்டால் ஒத்துழைக்க மாட்டோம்'' என்று அவர்கள் சொல்லும் கதிக்கு வந்துவிட்டது. தரித்திர நாராயணர்களான நம் நாட்டினருக்கு ஸேவை புரிவது இன்று கொடுக்கல் வாங்கல் (Contract) பேரமாகவா மாறிவிட்டது?

''தாஓ தாஓ, பிரே நாஹி சாஓ
தாகே ஜதி ஹ்ருதய ஸம்பல்''[1]

இதுவன்றோ உண்மைத் தொண்டின் ஆதர்ச மென்று நான் நினைத்திருக்கிறேன்!

இவ்வளவு சீக்கிரமாகத் தேசபந்துவின் ஒப்பற்ற தியாகத்தை வங்காளிகள் மறந்துவிட்டார்களே! இதற்கு முன்பு விவேகானந்தரின் வீரவாணியையும் இப்படியே மறந்தனர். இதைவிட விசித்திர மானது வேறு உண்டோ?

வருந்தத்தக்க இந்தக் களங்கச் செய்தியை நினைக்கும்போதே என் ஹ்ருதயம் வெடிக்கிறது. இந்த அவகேடான நிலையை ஒழிக்க உபாயமில்லையோ! அதைத் தேட நான் தற்சமயம் சக்தியற்றவனாகியிருக்கிறேன். இதனால் கடிதப் போக்குவரத் தையும் நிறுத்தி வெளியுலகின் ஸம்பந்தத்தை அறுத்துவிடலா மென்றுகூடச் சிற்சில சமயம் யோசிக்கிறேன். முடியுமானால் என் நாட்டினருக்காக நான் உலகத்தவர் கண் மறைவில் துளித் துளியாக உயிரைப் போக்கி, இந்தக் கோளாறுகளுக்காகப் பிராயச்சித்தம் செய்வேன். மேலே இறைவன் இருப்பது உண்மை யானால், உலகத்தில் ஸத்யமானது முடிவில் தலையோங்கி நிற்கும் காலம் வந்தால், என்னுடைய இருதய வாணியைத் தேசத்தவர் ஒரு நாள் இராவிட்டாலும் ஒரு நாள் உணராமல் போகார்.

1. ''கொடு கொடு (உழைப்பை); திரும்பிப் பாராதே (விளைவை விரும்பி); உள்ளத்தில் ஊறும் இன்பமே போதுமானது (ஸ்வயநலமற்று உழைத்தோமென்ற மகிழ்ச்சி)''

தேசத்தின் புனிதமான பெயரில் நடக்கும் இந்தக் கேலிக்கூத்து, இவ்விருபதாம் நூற்றாண்டில், ரோம் பற்றி எரியும் போது அதன் அரசன் நீரோ பிடில் வாசித்துக் கொண்டிருந்தான் (Nero is fiddling while Rome is burning) என்ற கதையின் புதிய திருஷ்டாந்தமாக என் எதிரே நிகழுமென்று நான் எண்ணவே இல்லை.

என் இருதய பாரத்தை எவ்வளவோ கொட்டிவிட்டேன். இந்த ஆத்திரத்தை என்னால் அடக்க முடியவில்லை. வேண்டிய வரென்று பாவித்தே உமக்கு இதையெல்லாம் எடுத்துரைக்கத் துணிந்தேன். ஒன்றைச் செவ்விதாக்கும் மூலகாரியத்தில் நீங்கள் முனைந்திருக்கிறீர்கள். இந்தக் கக்ஷிச்சுழலில் நீங்கள் அகப்பட்டுக் கொள்ளமாட்டீர்களென்று நம்புகிறேன்.

வித்யாலயத்தைப்பற்றிய செய்தி எனக்கு ஸந்தோஷத்தைத் தருகிறது. என் வீட்டுச் சமாசாரத்தைக் கேட்டு நான் வேதனை அடையாது இருக்கமுடியவில்லை. இந்த விஷயம் எனக்கு முன்னமேயே தெரியும். சண்டீபாபு முதலிய நண்பர்களுக்குச் சில வருஷங்களுக்கு முன்பே, வீட்டில் ஏற்பட்ட மாறுதலைப்பற்றிச் சொல்லியிருக்கிறேன். பாடசாலையின் முக்கியஸ்தர்கள் ஒழுங் கீனமான வழியில் நிலத்தை 'லீஸ்' பெற்று வீடுகட்ட ஆரம்பித்து விட்டார்களெனத் தெரிகிறது. நிலத்துக்குச் சொந்தக்காரர் களாகியும் விடுவார்கள். அது போகட்டும். 'கதஸ்ய சோசனா நாஸ்தி' (போனதைப்பற்றி வருந்தி என்ன பயன்?) நீங்க ளெல்லாம் இவ்வளவாவது நம்பிக்கையைவிடாது 'கிருஹ நிர்மாண பாண்டார'த்திற்காகப் பணம் சேர்க்க முயன்றிருக் கிறீர்களே! அதுவே நான் பாராட்டடக்கூடியது. உங்களுடைய முயற்சிகள் எவையும் வீணாகா. ஏனென்றால், 'நஹி கல்யாணக்ருத் கஸ்சித் துர்கதிம் தாத கச்சதி!'[2]

ஸமிதியின் எல்லா ஸமாசாரங்களையும் கேட்டு மகிழ்ச்சி அடைந்தேன். மேதர் (தோட்டி), முசி (சக்கிலி), முதலிய கீழ்வகுப்பு மக்களின் குழந்தைகளுக்காக நீங்கள் ஒரு பாட சாலையை ஸ்தாபித்தால் மிகவும் நன்றாகயிருக்கும். இந்த

2. நன்மைக்காகச் செய்த காரியம் ஒருபோதும் பாழடையாது, அப்பனே!

விஷயமாக அம்ருதனுடன் கலந்து யோசனை செய்யுங்கள். அவனிடமிருந்து எனக்குக் கடிதம் வந்து வெகுநாட்களாயின. அதற்கு இன்னும் நான் பதில் எழுதவில்லை. இன்று குலதாவுக்கு ஒரு கடிதம் எழுதியிருக்கிறேன். அடுத்த வாரம் அம்ருதனுக்கு எழுதலாமென்று எண்ணியிருக்கிறேன்.

நான்மட்டும் உங்கள் நடுவே இருப்பேனாயின், இப்படி உங்களைத் தனித்தனியாக விட்டுவைக்கமாட்டேன். தனித் தனியான ஸ்தாபனங்களை ஏற்படுத்த நான் உதவி செய்வ தாயிருந்தாலும், நான் வெவ்வேறு பெயர்களில் அந்த ஸ்தாபனங் களைப் புதிதாகப் பிரித்து வைக்கமாட்டேன். ஆனால் வேறு வழியில்லை. இப்போது இருக்கும் விதமே சரியானதென்று எண்ணிக் காரியத்தை ஒழுங்காகச் செய்யுங்கள். நீங்கள் ரீதியாக ஏற்பாடுகள் செய்திருப்பதே நல்லது.

அரிசியும், சந்தாத் தொகையும் சேகரிக்கும் விஷயத்தில், பாலக ஸமிதியுடன் யாதொரு சச்சரவும் நீங்கள் வைத்துக்கொள்ள வேண்டாம். ஒரே இடத்தில் நிறைய அரிசியும், சந்தாத் தொகையும் கிடைக்க ஆரம்பித்துவிட்டால், ஸாதாரண, மனிதரின் கண்கள் வெடித்துவிடும். அதனால் அந்த விஷயத்தில் சற்றுக் கவனம் செலுத்துங்கள். சேகரித்த பொருள்களை அதிகமாகக் காட்டிக் கொள்ளாதீர்கள்.

இரண்டு அல்லது மூன்று தொழிலாளர்களையோ போத காசிரியர்களையோ காசிம் பஜாரிலுள்ள பல்தொழிற் கழகத்திற்கு அனுப்பி வெவ்வேறு கைத் தொழில்களைக் கற்றுவரும்படி செய்தால், உங்களுடைய ஸதாபனங்களில், தொழில் அபி விருத்தி அடைவதற்கு அனுகூலமாயிருக்கும். நான் ஒரு தரம் அந்தத் தொழிற் சாலைக்குப் போயிருந்தேன். எனக்கு அங்கே நடக்கும் முறைகள் நன்கு பிடித்தன. ஸாதாரணமாகப் பள்ளிக் கூடங்களில் கற்றுக்கொடுக்காத சில புதிய வித்தைகளை அவர்கள் புகட்டுகிறார்கள். பிரம்பு வேலை, மண் பொம்மைகள் செய்தல், கருமார வேலை, தையல் தொழில், மின்சாரத்தின் உதவியால் முலாம்பூசும் தொழில் ஆகியவை. நான் போயிருந்த சமயம் அங்கு மின்சார முலாம் பூசும் தொழிலுக்காக யந்திரங் களை வரவழைக்க ஏற்பாடுகள் செய்திருந்தார்கள்.

நீங்கள் அனுப்பிவைத்த வித்யாலயம் ஸமிதி இவற்றின் காரிய முறைகளையும் படித்தேன். ஆரோக்கிய விபாகத்தின் (Health Section) காரியங்கள் திருப்திகரமாக இல்லை. பொது ஜனங்களை உதவிக்காகச் சரிவர அழைக்காததே இதற்குக் காரணம். அழைக்கும் விதத்தில் அழைத்தால், கட்டாயம் பதில் வராமற் போகாது. அவர்களிடையே உணர்வையும் ஊக்கத் தையும் எழுப்புவது நம்முடைய முக்கியவேலை. ஆரோக்ய விபாகத்தின் உத்தேசமும் சிகி த்ஸாலயத்தின் நோக்கமும் வெவ்வேறு.

நாம் காட்டும் அன்பின் மூலமாகத்தான் ஸாதாரண ஜனங்கள் இந்தக் காரியத்தில் சுறுசுறுப்பும் சிரத்தையும் கொள்வார்கள்.

தென் கல்கத்தா ஸேவாச்ரமத்தின் சில குறைகளுக்கு நானே பிரதானமான பொறுப்பாளி. வெளியே இருப்பதனால் அதன் நியமாவளிகளை நன்றாக அமைக்க முடியாமல் போய்விட்டது. நன்றாக அமைப்பதற்குள் என்னை அரசாங்கத்தார் பிடித்துக் கொண்டு போய்விட்டார்கள். ஸேவாச்ரமம் காலீகாட்டில் இருந்தபோது அதன் வீட்டுவாடகையையும் உதவிக் காரியத் தரிசியின் சம்பளத்தையும் நானே கொடுத்துவந்தேன். பையன் களுடைய போஷணை மட்டும் வசூலிக்கப்பட்ட சந்தாப் பணத்தைக் கொண்டு நடத்தினோம். எனக்கு நன்றாக ஞாபகத்தில் இருக்கின்றன, ஸேவாச்ரமத்தைப் பற்றிய விஷயங்களெல்லாம். பொது ஜனங்கள் கொடுத்த பணத்தில் ஒரு காலணாக்கூட வீணாக நாம் செலவழிக்கவில்லை. என்னை அரசாங்கத்தார் பிடித்துக் கொண்டு போனபிறகு, அண்ணா (சரத் பாபு) எனக்குப் பதிலாக ஸேவாச்ரமத்திற்குப் பண உதவி புரிந்துவந்தார். இப்போது செலவு குறைந்து வருவதனாலும் வெளியிலிருந்து வரும்படி அதிகரிக்கத் தொடங்கியிருப்பதாலும் முன்போல அவருடைய உதவியை எதிர்பார்க்கவேண்டிய அவசியமில்லை. அப்போ தெல்லாம் மாதம் மாதம் 200 ரூபாய் ஸேவாச்ரமத்தின் பொருட்டுச் செலவழிப்பேன். அச்சமயம் என்னுடைய நண்பர்கள் பலர், சிறு பையன்களுக்காக நான் பணத்தை விருதாவாகத் தொலைக்கிறேன் என்று சொல்லுவார்கள். இதைவிட வேறு நல்ல காரியங்களுக்குச் செலவழிக்கலா மென்பார்கள். வெறும் பொழுதுபோக்கிற்காக நான் ஸேவாச்ரமத்தின் பொருட்டுப் பாடுபடவில்லை யென்பது அவர்களுக்குத் தெரியும். இந்த 12, 13

வருஷங்களாக ஓர் ஆழ்ந்த வேதனை என்னை உள்ளூற எரித்துக் கொண்டு வருகிறது. அதைப் போக்கிக்கொள்ள இந்தக் காரியத்தில் தலையிட்டேன். காங்கிரஸ் மஹாஸபையினின்று விலகினாலும் விலகுவேன்; ஆனால் இந்த ஸேவாச்ரமத்தை விட்டு விலகுவது என்னவோ நடவாத காரியம். தரித்திர நாராயணர்களுக்குத் தொண்டு செய்ய இதைவிடத் தகுந்ததோர் ஸந்தர்ப்பம் வேறு என்று தான் கிடைக்கப்போகிறது?

இந்த ஸேவாச்ரம இயக்கத்தின் பின்னால் எவ்வளவோ விஷயங்கள் மறைந்திருக்கின்றன. இந்த எண்ணங்கள் எனக்கு ஏன் வந்தது, பாவனாலோகத்தை விட்டு அகன்று கர்ம உலகில் நான் எதன்பொருட்டுப் பிரவேசித்தேன் - இந்த ஸமாசாரங் களெல்லாம் இன்னொரு சமயம் விஸ்தரிக்கிறேன்; இன்றேல் பெரிய நூலாகும் இக்கடிதம்.

என்ன என்னவோ எழுதிவிட்டேன், இப்போது முடித்துக் கொள்ளுகிறேன். என் சொந்தச் செய்தியைப் (க்ஷேம சமாசாரம்) பற்றி விசாரிக்கிறீர்கள். அதற்கு நான் என்ன பதில் எழுதுவது? எனக்குப் பிடித்ததான ரவிபாபுவின் கவிதை ஒன்றின் மூலமாக என் சொந்த நிலைமையைச் சொல்லுகிறேன்; எனது ஆந்தரிகமான மனோபாவங்களை அந்தக் கவிதையில் கூறியிருப்பதைவிடத் தெளிவாகவும் உண்மையுடனும் கூறமுடியாது. அந்தக்கவிச் சிரேஷ்டரிடம் அதனாலேயே எனக்கு நீங்காத ஒரு பற்றுதல். அந்தக் கவிதையைச் சொல்லட்டுமா?

‘‘ஏகனோ விஹார் கல்ப ஜகதே
ஜேல்கானா (அரண்ய) ராஜதானி:
ஏகனோ கேவல நீரப பாவனா
கர்மவிஹீன விஜன ஸாதனா:
திவாநிசி சுது பஸே பஸே சோனா
ஆபன பர்மவாணீ.

✧ ✧ ✧

மானுஷ ஹதேசி பாஷாணேர் கோலே

✧ ✧ ✧

கடிதேசி மன ஆபனார் மனே
ஜோக்ய ஹதேசி காஜே!

✧ ✧ ✧

கபே ப்ராண குலி பலித பாரிபோ,
'பேயேசி ஆமார சேஷ!'
தோமரா ஸகலே ஏஸோ மோர பிசே
குரு தோமாதேர் ஸபாரே டாகிசே.
ஆமார் ஜீவனே லபியா ஜீவன
ஜாகோரே ஸகல தேச!''[3]

எனக்கு உடம்பு சரியாக இல்லை. ஆனால் அதைப் பற்றி நான் சிறிதளவும் கவலைப்படவில்லை. என்னுடைய அன்பையும், மற்றுமுள்ளவர்களுக்குத் தெரிவிக்கவேண்டும். அம்ருதன் முதலிய நண்பர்கள் எப்படி இருக்கிறார்கள்? உங்களுடைய க்ஷேமத்தைப்பற்றி அடிக்கடி எழுதவேண்டும். காரியத்தைக் கெடுத்துக்கொண்டு எனக்கு எழுத வேண்டியதில்லை. என் வணக்கத்தை ஏற்றுக் கொள்ளவேண்டும்.

தென் கல்கத்தா இளைஞர் சங்கத்தின் உதவிக் காரியதரிசியும்,
சித்தரஞ்ஜன் ஜாதீய வித்யாலயத்தின் பிரதான
போதகாசிரியருமான ஸ்ரீயுக்த பூபேந்த்ரநாத் பந்த்யோபாத்யாயர்
அவர்களுக்கு எழுதியது.

---

3. என் கற்பனை யுலகில் இந்த வெஞ்சிறை இன்னும் ஓர் அரண்யமாகவே திகழ்கிறது. மௌனமான மனோபாவனைகளே இன்னும் வருகின்றன. இங்கே தொழிலின்றி இருக்கும் நான், ஓர் ஏகாந்த ஸாதனையைச் செய்து வருகிறேன். அல்லும் பகலும் உட்கார்ந்து, உட்கார்ந்து அகத்தின் வாக்கைக் கேட்டு இன்புற்று நாளைக் கழிப்பது தான் எனது வேலை. இந்தப் பாறைச் சுவர்களின் மடியில் நான் வளர்ந்து வருகிறேன். என் மனத்தை என் இஷ்டப்படியே ஆக்கிக் கொள்ளுகிறேன். பிறகு நான் செய்யவிருக்கும் பெருங்காரியத்திற்குத் தகுதி அடைய இங்கு என் முயற்சியாவும் நடைபெறுகின்றன. என் விடுதலை நெருங்கிவிட்டதென்று நான் மனம் விட்டுக் கூறும் காலமும் வருமோ? எல்லோரும் வாருங்கள், என்னைப் பின் தொடர்ந்தே! பரமகுரு நம் யாவரையும் கூவி அழைக்கிறார். என் வாழ்வைப் பார்த்து நீங்களும் புத்துயிர் பெறுவீர்கள். ஜகத்திலுள்ளோரே! உறக்கத்தினின்று விழித்தெழுங்கள்!

ஹிந்து - முஸ்லீம் உடன்படிக்கை

மாந்தாலய்ச் சிறை

உங்களுடைய அறிக்கையையும் ஸ்ரீயுக்த ஸேன்குப்தா விடுத்த எதிர்ப்புக் கடிதத்தையும் படித்துப் பார்த்தேன்; இதுவரை ஸ்ரீ ஸேன் குப்தாவின் கடிதத்திற்கு யாதொரு பதிலும் வருவதாகக் காணோம். உடன்படிக்கையை மீண்டும் அங்கீகரிக்கும் பிரஸ்தாபம் எழவே எழாதோ? போன தடவை ஸிராஜ்கஞ்சில் நடந்த மகாநாட்டில், இந்த உடன்படிக்கையை ஏற்றுக்கொள்ளும் போது இதே மாதிரி ஒரு சாரார் அதற்கு விரோதமாகவே இருந்தனர். தேசபந்துவுக்கும் இது தெரிந்திருந்தது. மறைவாக இல்லை, வெட்ட வெளிச்சமாகவே அடிக்கடி, இவ்விருதரத் தாரையும் (ஹிந்து-முஸ்லீம்) ஒற்றுமைப்படுத்தி அசையாத ஓர் அஸ்திவாரத்தை நிலைநிறுத்துவதே தம்முடைய நோக்கம் என்று கூறுவார்.

இந்த ஒற்றுமையைக் கொண்டுவரும் உடன்படிக்கையில் சிற்சில அம்சங்களை நிறைவேற்ற முடியாதிருப்பதைப்பற்றி அவர் மனஸ்தாபமே கொள்ளவில்லை. கோகனாடா காங்கிரஸ் மஹா சபையில், 'பெங்கால் பாக்டை' உடனேயே காங்கிரஸ் மஹாஸபையார் ஆமோதிக்க விரும்பவில்லை யென்று சொன்னதாக எனக்குக் கவனம். அவருடைய பரிபூர்ண விருப்பம் இந்த உடன்படிக்கை அகில பாரத காங்கிரஸ் மஹாஸபையாரால் ஆமோதிக்கப்பட வேண்டும் என்பதே.

ஆனால் அப்போது காங்கிரஸ் மஹாசபை அங்கத்தினர் யாவரும் இதற்கு விரோதமாக இருந்தனர். இந்த உடன்

படிக்கையை ஸ்வீகரிக்க அவர்கள் முன்வரவில்லை. கோகனடா காங்கிரஸ் நிகழ்ச்சிக்குப் பிறகு ஸிராஜ்கஞ்ஜில் நடந்த மகா நாட்டில் இந்த உடன்படிக்கை ஏற்றுக் கொள்ளப்பட்டது. நான் அப்போது அங்கு இல்லை. இந்த உடன்படிக்கையை எடுத்துக் கொள்வதற்குமுன் தேசபந்து எல்லோருக்கும் ஓர் உறுதி மொழியைக் கூறியிருந்தார். அதாவது, இது விஷயமாக ஏற்படும் ஸாதக பாதகங்களைத் தாம் காதில் போட்டுக்கொள்ள முடியாதென்று சொல்லவில்லை; அதற்கு மாறாகச் சிற்சில அம்சங்களை மாற்ற அவசியம் ஏற்பட்டாலும், அதற்குத் தாம் உடன் படுவதாகக் கூறினார்.

நான் தேசபந்துவின் பரம பக்தனாயிருந்தாலும், இந்த உடன்படிக்கையைச் சில அம்சங்களில் மாற்ற வேண்டிய உரிமை எனக்கு உண்டென்று தோன்றிற்று. இந்த விஷயத்திற்காகத் தேசபந்துவுக்கோ, அகில இந்திய காங்கிரஸ் ஸபைக்கோ பயந்து நாம் கைகட்டி அவர்களுடைய தீர்ப்புக்குக் காத்திருந்தால் வங்காளம் வரைக்கும் உள்ள இந்தச் சிக்கல் தீரவே தீராது என்பதே என் எண்ணமும். ஹிந்து - முஸ்லீம் ஒற்றுமை அகில இந்திய காங்கிரஸ் கவனித்துத் தீர்க்கவேண்டிய ஒரு முக்கிய பிரச்னையாக இருக்கலாம். ஆனால் வங்காளம் வரைக்கும் அந்தக் கடினப் பிரச்னையை வங்காளிகளே ஸமாதானம் செய்து கொள்ளவேண்டும். இதில் வங்காளிகளே முழு அதிகாரமும் படைத்தவராவர்.

பத்திரிகைகளிலிருந்து என்னால் கூடியவரை திரட்டப்பட்ட ஸம்பவங்களைப் பார்த்த பிறகு ஒரு திடத்திற்கு நான் வந்திருக்கிறேன். இடையூறுகள் மேலும் மேலும் வரும் இந்த ஸமயத்தில் நம்மிடத்தில் உள்ள முக்கியமான ஒரு குறை என்னவென்றால், எல்லா விஷயத்திலும் நமக்குள்ள மங்கிய பார்வையே!

ஹிந்து - முஸ்லீம் ஒற்றுமையும் அதனால் பிற்காலத்தில் நிகழக்கூடிய பயனைப்பற்றிய ஆலோசனையும்

சிறைமீளும் பேச்சிற்கு மறுமாற்றம்

1

இன்ஸின் ஸெண்ட்ரல் ஜெயில்

4-4-1927

அண்ணா,

மிஸ்டர் மொபர்லி நான் சிறை மீள்வதைப் பற்றிச் சொன்ன யோசனைக்கு என்னுடைய அபிப்பிராயம் யாது என்பதை நீங்கள் அனைவரும் அறிய ஆவலாக இருப்பீர்கள். அதை வெளியிடத் தகுந்த சமயமும் வாய்த்திருக்கிறது. என்னுடைய அபிப் பிராயத்தையே நீங்களும் கொண்டிருக்கிறீர்களோ இல்லையோ அது எனக்கு எப்படித் தெரியும்? என்னுடைய அபிப்பிராயத்தை, அதற்கு மதிப்பு இருக்கட்டும், இராது போகட்டும், நான் கீழ்க் கண்டவாறு வெளியிடுகிறேன்:

மிஸ்டர் மொபர்லியின் பிரஸ்தாபங்களை நான் அலசி அக்ஷரம் விடாமல் ஆராய்ந்து படித்தேன். அவர் எழுதியிருக்கும் ஒவ்வொரு வார்த்தையையும் திருப்பித் திருப்பிப் படித்து ஆலோசனை செய்தேன். அதன்பின் இந்த முடிவிற்கு நான் வரவேண்டியதாயிற்று; அவர் மிகவும் முன் யோசனை யுடனேயே தம்முடைய ஒவ்வொரு வாக்கியத்தையும் சாமர்த் தியமாக உபயோகித்துள்ளார். அவர் சொல்லியிருக்கும் பிரஸ் தாபங்களை ஒவ்வொரு திக்கிலிருந்தும் நின்று நிதானித்து யோசித்துப் பார்த்தபிறகே இன்று என் சொந்த அபிப்பிராயத்தை

விளம்பரம் செய்கிறேன். முழுவதும் பாராமல் அதை அலக்ஷியம் செய்து கூறுவதாகக் கொள்ளவேண்டாம். உங்களிடம் நான் இப்போது சொல்லும் விஷயம் யாவற்றையும், ஆழ்ந்து யோசனை செய்தபிறகே நிர்த்தாரணம் செய்கிறேன். என்னுடைய அபிப்பிராயத்தில் அப்படி ஏதாவது தவறுகள் ஏற்படுமாயின், அல்லது நான் கொண்ட சித்தாந்தம் நியாயரீதிக்கு ஒவ்வாது போயின், கட்டாயமாக மீண்டும் நான் இந்த விஷயத்தை ஆலோசிக்க முயல்வேன்.

முதன் முதலில் மிஸ்டர் மொபர்லியின் வெளிப்படையான வார்த்தைகளை நான் புகழ்ந்து பாராட்டுகிறேன். அவரைப் போலவே நானும் என்னுடைய அபிப்பிராயத்தையும் தெளிவாகக் கூறாமற்போனால் நன்றாயிருக்குமா? அப்படியிருந்தால் நான் என் கடமையினின்றும் பிறழ்ந்து நடந்தமாதிரி ஆகும். வெட்ட வெளிச்சமான பேச்சுகளை நான் எப்போதும் விரும்புபவன். எல்லா விஷயங்களிலும் மனம்விட்டு இருப்பதுதான் இரு தரத்தாருக்கும் அழகு! மிஸ்டர் மொபர்லியின் சில யோசனை களைப் போற்றாது எங்ஙனம் இருப்பது? நான் முன்னெல்லாம் ஈடுபட்டிருந்த காரியங்களைப்பற்றியாவது, இனி நான் செய்ய உத்தேசித்திருக்கும் இயக்க முறைகளைக் குறித்தாவது அவர் என்னிடமிருந்து யாதோர் அங்கீகாரத்தையும் தாம் பெறவிரும்ப வில்லையென்று சொல்லுகிறார். மற்றோர் இடத்தில் நான் மட்டும் உறுதியுடன் என் நடவடிக்கைகள் இன்ன முறையைத் தழுவிச் செல்கின்றன என்பதைச் சொல்லிவிட்டால் அதிகாரிகள் என்னை விடுவிக்கச் சித்தமாய் இருக்கிறார்கள் என்கிறார்: கடைசியில் அவர், தாம் துவக்கத்திலேயே இந்தப் பிரஸ் தாபத்தை என்னிடம் அறிவிக்க வில்லையென்றும், அதற்குக் காரணம், அப்படிச் செய்யும் பக்ஷத்தில் என்னை வற்புறுத்தி ஒப்புக்கொள்ளும்படி செய்ததாகுமென்றும் சொல்லுகிறார். இதையெல்லாம் கவனிக்கும்போது யோக்யமான மனிதனுக் குரிய மரியாதையே அவர் எனக்கும் தந்திருக்கிறார். கீழே வரும் சில காரணங்களினால் அவருடைய யோசனைகளை நான் ஒப்புக் கொள்ள முடியாமலிருந்தாலும், அவருடைய பிரஸ்தாபத்தில் உள்ள யோக்யதாம்சங்களை நான் உணராமல் இல்லை. இறுதியில் வங்க சட்டசபை அங்கத்தினன் என்ற முறையில்,

நான் மற்றொரு கனம்பொருந்திய அங்கத்தினரை மெச்சிக் கொள்ளாது இருக்கமுடியுமா? கௌன்ஸிலின் அங்கத்தினர்கள் எடுத்துக்கொண்ட பரம சிரத்தையின்பேரில் சர்க்கார் ஏற்றுக் கொண்டு இருக்கும் பிரஸ்தாபங்களில் இதுவே முதலானது என்று எண்ணுகிறேன்.

மிஸ்டர் மொபர்லி தம் சார்பாகச் சொல்லவேண்டிய யுக்திகள் இந்தப் பிரஸ்தாபத்தில் அதிகம் ஒன்றுமில்லை. முதலில் ஒரு விஷயத்தைப்பற்றி நீங்கள் கொண்டிருக்கும் எண்ணத்தை அகற்றிவிட வேண்டும். அதாவது, சின்ன அண்ணா (டாக்டர் ஸுநீல் சந்த்ர வஸு) விடுத்த அறிக்கைக்கும் (என் தேக நிலைமையைப் பற்றியது) என் அபிப்பிராயத்திற்கும் யாதொரு சம்பந்தமும் கிடையாது. காரணம்: அறிக்கை எழுதுவதற்கு முன்பாவது, அப்புறமாவது என்ன எழுதப்போகிறார், எனக்காக என்ன அனுகூலம் செய்யப்போகிறார் என்பதைப்பற்றி என்னுடன் கலந்து அவர் ஒரு யோசனையும் செய்யவில்லை. முன்னதாகவே தெரிவித்திருந்தால், என்னை ஸ்விட்ஜர்லாண்டிற்குக் கட்டாயமாக அனுப்பிவைக்கும் இந்த உடன்பாட்டை நான் எதிர்த்திருப்பேன்.

இந்த மாதிரியான பிரஸ்தாபங்களை அனுப்பிவைத்த பிறகே அவர் இதை என்னிடம் தெரிவித்தார். உடனேயே இதன் விளைவு நன்மையைத் தராதென்ற ஸந்தேகம் எனக்கு ஏற்பட்டது. இது அப்புறம் உண்மையாகவே மாறிவிட்டது. சின்ன அண்ணா ஒரு வைத்தியர் என்ற முறையில் என்னைப் பரிசோதித்துப் பார்த்தார். வைத்தியருக்குரிய அளவில் தமது அபிப்பிராயத் தையும் வெளியிட்டிருக்கிறார். இப்படிச் செய்ததனால் அவர் உண்மையாகவும் பக்ஷபாதமில்லாமலும், ஒரு விஞ்ஞான நிபுணர் எதைச் செய்வாரோ அதையே செய்திருக்கிறார். தம்முடைய கொள்கையை அரசியல் வியாக்யானமாகச் சர்க்காருடைய சௌகர்யப்படி அவர் திருத்திக்கொள்வார் என்று எண்ணுவதற்கு இடமேயில்லை. அதன் பொருட்டே நானும் அவர் நடந்து கொண்ட விதத்தை நிந்திக்கவில்லை. அவரிடம் சிகித்ஸைக்கு வந்த வியாதியஸ்தர் சிலர். ஸ்விஸ் ஆரோக்கிய நிலயங்களுக்குச் சென்று ரோகத்தினின்று விடுபட்டுக் குணமடைந்திருக்கிறார்கள். அதைப் பார்த்த பிறகே அவர் என்னையும் அவ்விடத்திற்கு அனுப்பிவைக்கும் பிரஸ்தாபத்தை எடுத்தார்போலும். க்ஷயரோகத்

தினால் பீடிக்கப்பட்டவர்கள் வேறு எவராயிருந்தாலும் இப்படியே தான் சொல்லியிருப்பார். செல்வந்தர்களுக்கே இந்த ஸ்விஸ் ஆரோக்ய நிலையங்கள் ஏற்கும். இந்த நிலையில் நான் யாதொரு நிபந்தனைக்கும் உடன்படத் தயாராக இல்லை. இதோ தெளிவாகச் சொல்லிவிடுகிறேன்.

சின்ன அண்ணா என் நோயைப்பற்றி விடுத்திருக்கும் அறிக்கையை அரசாங்கத்தார் அங்கீகரிக்காமல், அவர் எனக்கு ஆரோக்கியமேற்படுவதற்கு வெளியிட்ட உபாயங்களை மட்டும் ஏற்றுக் கொண்டிருப்பதாகத் தெரிகிறது. இதன் காரணத்தை மிஸ்டர் மொபர்லியே தயக்கமின்றிக் கூறுகிறார்: ''ஸுபாஷ் சந்தர் அதிகமாக நோயினால் பீடிக்கப்பட்டிருக்க வில்லை; இன்னும் சக்தியுடன்தான் இருக்கிறார் என்பதை எல்லோரும் அறிவர்கள்.'' இதைக் கேட்க எனக்கு வேடிக்கையாய் இருக்கிறது. நோயினால் வாடுபவனாகவே, நகரக்கூடச் சக்தியற்றவனாகவோ என்னை எப்போது சர்க்கார் நினைக்கப் போகிறார்களோ? வைத்தியர்கள் யாவரும் என்று ஏகமனதாக, எனக்கு உற்றநோய் தீரக்கூடியதன்று, இன்னும் சில மாதங்களுக்குள் நிச்சயமாக மரணமேற்படும் என்று கூறுவரோ அன்றா? சின்ன அண்ணா கொடுத்திருக்கும் அறிக்கையை அவர்கள் விரும்பாத பக்ஷத்தில் அதைக் கொஞ்சம் ஆமோதிப்பதும், கொஞ்சம் தள்ளி விடுவது மான கேலிக்கூத்தைப் புரிவது ஏன்? நான் வீட்டிற்குப் போகக் கூடாதென்றும், உற்றார் உறவினரைப் பார்க்கக் கூடாதென்றும் சின்ன அண்ணா சர்க்காருடன் சொல்லியிருக்கவே மாட்டார். என்னை ஏற்றிச்செல்லும் கப்பல், எந்த இந்தியத் துறை முகத்திலும் தங்கக்கூடாதென்ற பேச்சுக்கூட அண்ணாவினு டையதாக இராது. எனக்கு உடம்பு தேறினாலும், ஆர்டினன்ஸ் (அவசரச் சட்டம்) அமுலில் இருக்கும்வரை, நான் என்சுய நாட்டில் இருக்கக்கூடாதென்றும் அண்ணா சொல்லவில்லை. இவற்றையெல்லாம் யோசிக்குங்கால் அரசாங்கத்தார் என் சரீர அசௌக்கியத்தைப்பற்றிச் சற்றேனும் அக்கறையே கொள்ள வில்லையென்று எனக்குச் சந்தேகம் உண்டாகிறது.

மிஸ்டர் மொபர்லியே தெளிவாகக் கூறுகிறாரே; என் வரைக்கும் இரண்டு வழிகளே இருக்கின்றனவாம். ஒன்று, விடுதலை அடையும்வரை சிறையிலே கிடப்பது. இரண்டாவது,

தேக நிலைமையச் சரிப்படுத்திக்கொள்ள வெளிநாட்டிற்குச் சென்று, திரும்பிவர உத்தரவு பிறக்கும்வரை அங்கேயே தங்கியிருப்பது.

ஆனால் இவ்விரு நிபந்தனைகளைத் தவிர்த்து ஒரு நடு நிலையும் கிடையாதா? இருப்பதாக எனக்குத் தோன்றவில்லை. அவசரச் சட்டத்தை எடுத்துவிடும் வரை, அதாவது 1930ஆம் வருஷம் ஜனவரி வரைக்கும், நான் சிறையிலேயே கிடக்க வேண்டுமென்பது சர்க்காரின் கோரிக்கைபோலும்! ஆனால் இந்த அவசரச் சட்டம் 1930ஆம் வருஷத்திற்குமேல், மீண்டும் புதிய உருவுடன் வராதென்பது என்ன நிச்சயம்? சென்ற அக்டோபர் மாதம் இது விஷயமாக ஸி.ஐ.டி. போலீஸ் தலைவரான மிஸ்டர் லோமானுடன் நான் பேசினதிலிருந்து எனக்கு நம்பிக்கை ஏற்படவில்லை. 1929இல் இந்த அவசரச் சட்டத்தை என்றென் றைக்கும் நீடித்து, இதை ஒரு சட்டமாகவே ஆக்க முயற்சிகள் ஏற்படுவதிலும் அதிசயம் இல்லை. அப்படி நேர்ந்தால் நான் நிரந்தரமாக அயல்நாட்டில் வாசம் செய்யவேண்டியதுதான். இந்தத் தேசப்பிரஷ்டத்திற்கு நானே பொறுப்பாளியென்று நினைக்கவேண்டும். அரசாங்கத்தார் மட்டும் கபடமற்றவர் களானால், அயல்நாட்டில் நான் இருக்கவேண்டிய கால நிர்ணயத்தைத் தங்களுடைய பிரஸ்தாவனையில் கண்டிருப்பார்களே.

பிறதேசத்தில் இருக்கும்போது எத்தகைய ஸ்வாதீனத்துடன் நான் இருக்கவேண்டு மென்பதைப் பற்றிச் சர்க்கார் மூச்சே விடவில்லை. ஸ்விஸ் நாட்டில் மந்தை மந்தையாக உள்ள ஸி.ஐ. டிக்கள் இழைக்கும் வீண் தொல்லைகளிலிருந்து இந்திய அரசாங்கத்தார் என்னைக் காப்பாற்ற வழி தேடுவார்களா? நான் அரசியல் துறையில் பெயர் வாங்கினவன் என்ற சந்தேகம் ஒருகாலும் நீங்காது. என் கொள்கைகளை மாற்றிக்கொண்டு நானும் ஒரு போலீஸ் வேவுகாரனாக மாறிவிட்டால்தான் அவர்கள் என்னைச் சந்தேகப் பார்வையுடன் நோக்கமாட்டார்கள். வெளிநாட்டில் என்னை நிழல்போல் பின்தொடர்ந்து இந்த வேவுகாரக் கூட்டத்தார் என் வாழ்வைத் தீராத் துயர்களுக்கு உட்படுத்திச் சகிக்கமுடியாதபடி செய்வார்கள். இதுவா நான் சரீர ஆரோக்யத்தையும் மனச்சாந்தியையும் தேடப் போவதன் அழகு?

ஸ்விட்ஸர்லாண்டில் பிரிட்டிஷ் ஒற்றர்கள் மாத்திரமா இருக்கிறார்கள்? அங்கே பிரிட்டிஷ் அரசாங்கத்தாரால் நியமிக்கப்

பட்ட ஸ்விஸ், இத்தாலிய, பிரெஞ்சு, ஜெர்மன், இந்திய ஒற்றர்களுக்குக் கணக்கு வழக்கேது! கருமமே கண்ணாக உள்ள ஓர் ஒற்றன் நான் புரட்சியை மூட்டும் ஓர் இயக்கத்தில் கலந்திருப்பதாகப் புரளியைச் செய்ய மாட்டானென்பதற்கு என்ன அத்தாட்சி? இந்த ரகஸியச் சேவகர்கள் நிரபராதிகளின் மீது சுலபமாகவே பழியைச் சுமத்தி அவர்களைக் கடுமையான தண்டனைகளுக்கு உட்படுத்தக்கூடிய திறமை வாய்ந்தவர்கள். நான் ஒரு சமயம் மிஸ்டர் லோமானுக்கு எடுத்துக் கூறி யிருக்கிறேன், ஐரோப்பாவில் இதை இன்னும் சுலபமாகவே நடத்திவிடுவார்கள் என்று. வெளிநாட்டைச் சேர்ந்த தீவிர அரசியல்வாதிகள் நம்நாட்டில் படும் அவஸ்தைகள் எல்லோருக்கும் தெரிந்திருக்கலாம். பார்லிமெண்ட் அங்கத்தினர் ஒருவருடைய உதவி இராதுபோனால், லாலா லஜபத் ராயைப் போன்ற பிரபல தேசத்தலைவர் தம் தாய் நாட்டிற்குத் திரும்பி இருக்கவே முடியாது. அரசாங்கத்தார் என்னை ஸந்தேகக் கண்ணுடனே பார்க்கிறார்கள். இதனால் என் பிற்காலத்து நிலைமை எவ்வாறு இருக்குமென்று நீங்களே ஊகித்துக் கொள்ளுங்கள்.

இதுபோன்ற விஷயங்களில் ரகஸியப் போலீஸார் மிகவும் சுறுசுறுப்பையே காட்டுகிறார்கள். நான் ஐரோப்பாவில் அடங்கி ஒடுங்கி இருந்தாலுங்கூட இந்த அரசாங்க ஊழியர்கள் என்னைப் பற்றி இந்தியா கவர்ன்மெண்டுக்கு அக்கப்போர் விடுத்துக் கொண்டே இருப்பார்கள். நான் எந்த இயக்கத்திலும் சேராது இருந்தபோதிலும் ஒரு பயங்கரமான புரட்சிக் கூட்டத்தில் என்னைக் கண்டதாக அவர்கள் தயங்காமல் சொல்வதில் சமர்த்தர்கள். எனக்குக் கூடத் தெரியாமல் இதைச் செய்து விடுவார்கள். இதனால் எக்காலத்திலும் என்னுடைய நேர்மையைப் புலப்படுத்த ஸந்தர்ப்பம் வாய்க்காது போய்விடலாம். 1929ஆம் வருஷம் வருவதன் முன்னேயே என்னை ஒரு பெரிய பால் ஷெவிக் பிரசாரகனென்று எளிதில் அவர்கள் பறையடிப்பார்கள். ஆகவே நான் இந்தியாவுக்குத் திரும்ப ஏதாவது வழி இருந் தாலுங்கூட அது என்றென்றும் அடைபட்டுவிடும். ஏனென்றால், ஐரோப்பியர்களுக்குத் தற்சமயம் பால்ஷெவிக் என்றாலே உதைப்பு. இதையெல்லாம் உத்தேசித்தே நான் ஸ்வய விருப்பத் துடன் என் பிறந்த நாட்டைவிட்டு அகற்றப்படுவதை ஒரு

போதும் விரும்பேன். நான் சொல்லுவதைச் சர்க்கார் ஆழ்ந்து யோசிப்பாரானால் என்னுடைய நிலைமை அவர்களுக்கு நன்கு விளங்கும்.

நான் அப்படி பால்ஷெவிக் இயக்கத்தின் பிரசாரகனாய் ஆக விரும்பினால், சர்க்கார் தரும் புத்திமதியைத் தட்டாமல் முதல் செல்லும் கப்பலில் ஏறி ஐரோப்பாவுக்குப் பிரயாணமாகி இருக்கமாட்டேனா? அங்கே என் உடம்பு ஸ்வஸ்தமடைந்ததும், பால்ஷெவிக் கோஷ்டியில் கலந்து கொண்டு, இவ்வுலகில் ஒரு பெரும் புரட்சியைக் கிளப்பப் பாரிஸிலிருந்து லெனின்க்ராட் வரைக்கும் ஓடோடி வேலை செய்யமாட்டேனா? ஆனால் அந்த மாதிரி இருக்க வேண்டுமென்ற ஆசையோ ஊக்கமோ எனக்குச் சிறிதும் இல்லையே. இந்தியா, பர்மா, சிங்களம், எங்கும் எனக்குப் போக்கிடம் இல்லையா? நான் என்ன அப்படிப் பயங்கரமான சதிகாரனா? என்னை வங்காளத்தினின்று அப்புறப் படுத்தியும் இந்த அரசாங்கம் ஏன் இன்னும் நிம்மதி அடைய வில்லை? இதெல்லாம் ஒரு வேளை பெரிய வேடிக்கையா? என்ன வேண்டியிருக்கிறது, இந்த இந்திய அரசாங்கத்திற்கு? என் வாழ்க்கையையும், நான் செய்யவேண்டியிருக்கும் தேசத் தொண்டுகளையும் நினைக்கும்போது, ஏனோ இந்த விதமெல்லாம் இவர்கள் என்னைச் செய்கிறார்கள் என்ற வருத்தமே ஏற்படுகிறது. பிறரை வருத்தும் சுயநலமிகள் சிலர் வர்ணிப்பது போல் நான் பயங்கரமான பேர்வழி அல்ல. வங்க தேசத்தை என் கொள்கையின் பிரசாரகேந்திரமாகவும், நான் கொண்ட ஆதர்சத்தை நிலைநாட்டப் போதுமான இடமாகவும் நினைத்திருக் கிறேன். இந்த வங்காள அரசாங்கத்தைத் தவிர்த்து இதர மாகாணத்து அதிகார வர்க்கம் என்னிடம் யாதொரு விரோத பாவமும் கொள்ளவில்லை என்று எண்ணுகிறேன். ஆறுவருஷங் களாகக் காங்கிரஸில் ஈடுபட்டிருப்பதனாலும், என் குடும்பத்தவர் இருப்பதன் காரணத்தினாலும் வங்க நாட்டிலேயே நான் தங்கிவிடவில்லை; வேறு அலுவலின்பேரில் வெளியிடங் களுக்குப் போகவில்லையா? இந்தியாவின் மற்றைய மாகாணங் களுக்காவது, பர்மாவிற்காவது, சிங்களத்திற்காவது, என்னை அனுப்ப ஏன் மறுக்கின்றனர்? சிங்களம், பிரிட்டிஷ் ஆதிக்கத்தைச் சேர்ந்த நாடாயிற்றே; இந்தியாவின் கட்டுத் திட்டங்கள் அங்கேகூட இருக்குமா என்ன?

வங்காள ஸர்க்கார் என்னுடைய நடவடிக்கைகளைத் தங்கள் இஷ்டப்படி நிகழ்த்திவைக்க இஷ்டப்படுகிறார் களென்று தெரிகிறது. நான் சுயேச்சையாக இருந்த சமயங்களில்கூட என்மேல் கண்காணிப்புச் செலுத்தி வந்தனர். 1923ஆம் வருஷம் அக்டோபரிலிருந்து 1924ஆம் வருஷம் அக்டோபர் வரை, அந்த ஒரு வருஷ காலத்திற்குள் நான் இரண்டுதரமே கல்கத்தாவிற்கு வெளியே சென்றிருக்கிறேன். குல்னா ஜில்லாவில் நடைபெற்ற மகாநாட்டில் கலந்துகொள்ளச் சென்றது முதல் தடவை. சட்ட சபைத் தேர்தலுக்கு அபேக்ஷகராக நின்ற ஒருவர் சார்பாகப் பிரசாரம்செய்ய நதீயா ஜில்லாவிற்கு ஒருமுறை போயிருக்கிறேன். 1924ஆம் வருஷம் பிப்ரவரியிலிருந்து அக்டோபருக்குள் நான் கல்கத்தாவைவிட்டு நகர்ந்ததே கிடையாது. ஸிராஜ்கஞ்ஜில் நடந்த மகாநாட்டில் என்னை மாட்டிவிட எவ்வளவோ பிரயத் தனம் செய்துபார்த்தார்கள். ஆனால் மகாநாடு நடந்தபோது நான் கல்கத்தாவில் நகர சபையின் முக்கிய உத்தியோகஸ்தனாக இருந்து அக்காரியத்தில் ஈடுபட்டிருந்தேன். அச்சமயம் கல்கத்தாவில், தெருக்கூட்டும் தோட்டிகளின் வேலை நிறுத்தம் பலமாக நடந்துகொண்டிருந்தது. அதனால் வெளியே வர எனக்குச் சற்றும் ஒழிவு ஏற்படவில்லை. 1924ஆம் வருஷம் மே மாதத்திலிருந்து அக்டோபர் பரியந்தம் என்னுடைய செய்கை களை யாவரும் அறிந்திருக்கிறார்கள். என்னுடைய நடத்தை களைக் கவர்ன்மெண்டார் அப்போது நன்றாகத் தெரிந்து கொண்டிருப்பர். என்னைப் பிடித்து அடைத்ததன் உத்தேசம் என்னுடைய பிரதிவிருதீதிகளை அடக்குவதற்கே என்றால், அதற்கு ஆவச்யகம் அப்போது ஏற்படவில்லையே.

மிஸ்டர் மொபர்லி ஒரு விஷயத்தில் மட்டும் கடினமான மனப்போக்கைக் காட்டியிருக்கிறார். இந்த ஒன்றரை வருஷ காலமாக நான் அயல்நாட்டில் கிடக்கிறேன். இதன் மத்தியில் என் குடும்பத்தவரையோ, என் அருமைத் தாய் தந்தையரையோ, சந்திக்கும் பாக்கியத்தைக்கூட ஸர்க்கார் வஞ்சித்துவிட்டார்களே. இதோடு நிற்காமல், நான் வெளிநாட்டில் இருக்கப்போகும் இரண்டொரு வருஷங்களுக்கு இடையில் என் உற்றார் உறவினரைக் காணக்கூட அனுமதி தரமாட்டார்களாம். இது என் வரைக்கும் சொல்லொணாக் கஷ்டத்தையே தருகிறது. ஆனால்

என்னை அன்புடன் வளர்த்தவர்களுக்கு இது அதிக சோகத்தையே கொடுக்கும் அல்லவா? மேல் நாட்டாருக்கு மட்டுந்தானா, வாஞ்சை பாசம் போன்ற உயரிய உணர்ச்சிகள் இருக்கின்றன? இந்தப் பாழும் இந்தியர்களுக்கு அத்தகைய குணங்கள் இல்லையா? வெள்ளையர்தாம் மனிதர்களா? இதைச் சர்க்கார் கொஞ்சங்கூட அறியவில்லையே. இதுவே அவர்களின் கல் மனத்தைக் காட்டுகிறது. நான் பிரம்மசாரியானதனாலேயே எனக்கு யார் பேரிலும் ஆசாபாசம் இருக்காதென்று மேல் நாட்டார் நடத்தும்இந்த அரசாங்கம் நினைத்திருக்கிறது போலும்!

சென்ற ஒன்றரை ஆண்டுகளாக நான் படும் கஷ்டங்கள் இன்னவிதமென்று சொல்ல முடியாது. சர்க்கார் அதைச் சற்றும் லக்ஷ்யம் செய்யாமல் மறந்துவிட்டார்களே. நான்தானே கஷ்டப் படுபவன். அவர்கள் அல்லவே! யாதொரு காரணமுமின்றி என்னைப் பிடித்து அடைத்து வைத்திருக்கிறார்கள். அப்படி யிருந்தும், ஆயுதம் வெடிகுண்டு தருவிப்பதாகவும், அரசாங்க உத்தியோகஸ்தர்களைக் கொல்ல யத்தனிக்கும் ஒரு சதிக் கூட்டத்தாருடன் கலந்திருப்பதாகவும் என்மேல் வீண் அபவாதம் சுமத்துகிறார்கள். இது விஷயமாக என்னை எல்லோரும் கேட்டதற்கு, ''நான் ஒரு பாவத்தையும் அறியேன்'' என்று சொல்லியிருக்கிறேன். பரலோகம் சென்ற ஸர் எட்வர்ட் மார்ஷல் ஆகட்டும், ஸர் ஜான் ஸைமனாகட்டும், என்னுடைய நிலையில் இருந்தால் இப்படியே சொல்லியிருப்பார்கள். இரண்டாவது தடவை என்மேல் வீண் வழக்குத் தொடுத்தபோது, ''எத்தனையோ பேர் இருக்கையில் என்னைமட்டும் எதற்காகப் பொறுக்கிப் பிடித்திருக்கிறார்கள்?'' என்ற கேள்வியைக் கேட்டேன். நான் பிடிக்கப்பட்ட பிறகு, என் ஸம்ரக்ஷணையில் இருப்பவர்களைப் போஷிப்பதற்காவது, என் உடைமைகளை ரக்ஷிப்பதற்காவது சர்க்கார் யாதோர் ஏற்பாடும் செய்யவில்லையே. இதைக்குறித்து நான் ராஜப்பிரதிநிதிக்கு வேண்டுகோள் பன்முறை அனுப்பினேன். அதையும் வங்காள அதிகார வர்க்கத்தினர் அடக்கம் செய்து விட்டனர். அதற்கப்புறம், மூன்று வருஷகாலம் வெளிதேசத்தில் இருக்க வேண்டுமென்று சொல்லுகிறார்கள். அங்கும் என் வயிற்றை நானே கழுவிக்கொள்ள வேண்டுமாம். இது எவ்வளவு புத்திசாலித்தனமான யோசனை பாருங்கள். 1924ல் நான் எப்படி ஆரோக்கியமாயிருந்தேனோ, அதே நிலையில் என்னை அவர்கள்

விடுவிக்கும்போது இருக்கும் படி கவனிப்பது அரசாங்கத்தாரின் கடமையாகும். சிறை வாசத்தில் எனது உடல்நிலை கெட்டு விட்டால் சர்க்கார் அதற்கு ஈடு செய்யமாட்டார்களா என்ன? ஐரோப்பாவில் நான் சொஸ்தமடையும்வரை என்னுடைய செலவுகளைச் சர்க்கார் பார்த்துக்கொள்வது நியாயம். இதை யெல்லாம் அவர்கள் எத்தனை நாட்கள்வரை புறக்கணிப் பார்களோ? வெளிநாட்டிற்குக் கடத்தப்படுவதன்முன் என் சுற்றத்தாரை நான் ஒரு தரமாவது காணவேண்டும். என்னை ஸம்ரக்ஷிக்கும் பாரத்தை ஏற்றுக்கொள்ள வேண்டும். நோய் தீர்ந்ததும் என்னை யாதொரு நிபந்தனையுமின்றி பாரத தேசத்திற்கு வர அனுமதிக்கவேண்டும். இவற்றிற்கெல்லாம் இசைவார் களானால் இந்த இந்திய ஸர்க்காருக்கு ஹ்ருதயமென்னும் ஓர் உறுப்பு இருக்கிறதென்று நினைக்கக்கூடும்.

"அரசாங்கத்தாருக்கும் ஸுபாஷுக்கும், அவசரச் சட்டம் கழியும்வரை ஸுபாஷ் சிறையிலேயே கிடக்கவேண்டுமென்பது நன்றாகத் தெரியுமே" என்று மிஸ்டர் மொபர்லி கபடமின்றிக் கூறியிருக்கிறார். இந்த விஷயத்தில்தான் எனக்கும் அவருக்கும் ஒற்றுமை. எத்தனை நாட்கள் வேண்டுமானாலும் ஸர்க்கார் என்னை அடைத்து வைக்கலா மென்பது வெள்ளிடை மலை. அவசரச்சட்டம் எடுபட்டுப் போனாலும் வேறொரு சட்டத்தின் கீழ் என்னை அடைத்து வைக்காமல் போகார். ஒரு பூதம் போனால் வேறொன்று ஏன் எழும்பாது போகும்? சட்டசபை அங்கத்தினர்கள் உருண்டு புரண்டால்கூட என்ன, நியாயவாதிகள் நீதிஸ்தலங்களில் என்மீதுள்ள குற்றச்சாட்டு ருசுக்கு நிற்காதென்று மண்டையை உடைத்துக்கொண்டு எவ்வளவு வாதித்தால்தான் என்ன! மனம் வைத்துவிட்டால் ஸர்க்கார் என்னை ஆயுள் பரியந்தம் சிறையில் வதங்கும்படி செய்யச் சக்தியுடையவர் களாயிற்றே! என்னை இப்படிச் செய்யவேண்டுமென்பது ஸர்க்காரின் எண்ணமா? அதையாவது தெரியப்படுத்தட்டுமே.

ஸ்வர்க்க வாஸியான தேசபந்து தாஸ் அவர்கள், என்னை, 'இளங்கிழவனே' என்று அழைப்பார். ஒரு விஷயத்தில் நான் எதன் பேரிலும் பற்று அற்றவன். வாழ்வை வெறுக்கும் நைராச்யவாதி. ஏனென்றால் ஒவ்வொரு நிகழ்ச்சி முறையிலும் அசுபமே எனக்குப் புலப்படுகிறது. இப்போது நடக்கும் கூத்தை

நான் ஆழ்ந்து நினைக்குங்கால் அவலக்ஷணமாகவே தோற்றுகிறது. இருந்தும், எனது ஜன்மபூமியைத் துறந்து வெளிநாட்டில் உயிர் வாழ்வதைவிட, சுயநாட்டில் சிறையிலே ஜீவனை விடுவது சிலாக்யமன்றோ? இப்படி அசுபமான நினைவுகள் வந்த போதிலும் என் உத்ஸாஹம் சிறிதளவும் குன்றவில்லை. ஒரு புலவர் சொன்னதை நான் முழுவதும் ஆமோதிக்கின்றேன்:

'கௌரவேர் பத சுது ம்ருத்யுர் திகே லயியா ஜாய்'[1]

நான் கூற வேண்டியவையாவும் சொல்லி முடித்து விட்டேன். என்னுடைய மீட்சி சமீபத்தில் நேராதென்பதைப்பற்றி யாரும் கலங்கவேண்டாம். என்னைப் பெற்றவர்களுக்கு இதனால் ஏற்படும் துயரமே என்னை மிகவும் பாதிக்கிறது. அவர்களுக்கு நீங்கள் ஆறுதல் சொல்ல வேண்டும். விடுதலை அடையுமுன் நான் தனிப்படையாகவும் - நான் ஸமூகத்தின் ஓர் அம்சமா கையால் - பொதுப்படையாகவும் பல்வேறு ஹிம்ஸைகளை அனுபவிக்க வேண்டியிருக்கிறது; நான் சாந்தமாகவே இருப் பதைப் பற்றி இறைவனை உள்ளூற வணங்குகிறேன். நிச்சயமாய் எந்த அக்னிப் பரீக்ஷைக்கும் உடன்படத் தயார். என்னுடைய ஜாதியினர் செய்த ஸகலவிதமான பாபங்களுக்காக நான் பிராயச்சித்தம் செய்து கொள்ளுகிறேன். இதுவே எனக்கு அளவற்ற திருப்தியைக் கொடுக்கிறது. என் எண்ணங்களும் நான் பின்பற்றும் ஆதர்சமும் நீடூழி நிலவும்; ஸ்வதேச நன்மைக்காக என் மனம், காயம், வாக்கு என்றும் உதவும். பின்னால் வரப்போகும் வீரர்கள் என் எண்ணத்தை நிறைவேற்றுவார் களென்ற நம்பிக்கையினால் இந்த இடும்பைகளையும், அநீதி களையும் முகமலர்ச்சியுடன் ஸஹித்துக் காலத்தைக் கழிக்கிறேன்.

இந்தக் கடிதத்திற்குச் சீக்கிரமாக பதில் வரும்படி அனுக்ரஹிக்க வேண்டும்.

பெரியண்ணா ஸ்ரீயுக்த சரத்சந்த்ர வஸு மஹாசயருக்கு எழுதியது

---

1. கௌரவத்தின் வழி மரணத்திற்கே அழைத்துச் செல்லும்.

வாழ்க்கையின் லக்ஷ்யம்

இன்ஸிள் ஜெயில்
6 வ மே 1927

அண்ணா,

நீண்ட கடிதம் எழுதும் திறமை எனக்கு இல்லை. அரசாங்கத்தார் விடுத்திருக்கும் பிரஸ்தாவனையைப் பற்றிச் சின்ன அண்ணாவிடம் நான் பலமுறை கலந்து பேசி யிருக்கிறேன். எனக்கு இப்படிக் கலந்து பேச அவகாசம் கொடுக்கப்பட்டதனால் நான் மனப்பூர்வமாக மகிழ்ச்சி அடைந்திருக்கிறேன். இதற்கு இடம் கொடுத்த இந்தியா மந்திரிக்கு என் வந்தனத்தைத் தெரிவித்துக் கொள்கிறேன். என்னுடன் அவர்கள் இதுவரை நடந்து கொண்ட மாதிரி யிலிருந்து இப்போது நடந்துகொள்ளும் ரீதி முற்றிலும் வேறே.

ஏப்ரல் 27ஆம் தேதியில், கவர்ன்மெண்டாரின் பதிலை அண்ணா எனக்குத் தெரியப்படுத்தினார். இந்தப் பதிலினால் விஷயம் இரு பக்ஷத்தாரிடையே தெளிவாகிவிட்டது. அரசாங்கத் தாரின் நிபந்தனைகளுக்கு நான் கொடுத்திருக்கும் பதில், தற்போதைய நிலையில் நான் மீண்டும் யோசனை செய்து பார்த்தாலும் சரியான தென்றே தோன்றுகிறது.

ஆராய்ந்து பார்த்த பிறகே நான் இந்த முடிவிற்கு வந்திருக்கிறேன். இன்னும் சீராகச் சிந்தனை செய்தாலும் இந்தத் துணிபே ஏற்படுகிறது. வாழ்வை ஸஹஜ பாவத்துடன் நோக்கியே நான் இந்த உறுதிக்கு வந்துள்ளேன். வெஞ்சிறையில் எனது

ஆயுட்காலம் கழியக்கழிய இந்தத் தாரணையே என் மனத்தில் வேர் ஊன்றி நிற்கிறது. கொள்கைகளின் முரண்பாட்டினாலேயே வாழ்க்கையில் போர் மூள்கிறது. ஸத்யம் அஸத்யம் இவ்விரண்டிற்கும் எப்போதுமே போட்டி. சிலர் இதையே ஸத்யத்தின் பல்வேறு நிலைமைகள் என்று கூறுகிறார்கள். மனிதனுடைய கொள்கைகளே அவனை நடத்திச் செல்கின்றன. அவையாவும் செயலற்றவை அல்ல. க்ரியா சக்தியுடையவை, எதிர்த்துப் போருக்கு நிற்பவை. ஹெகலின் 'சுத்தஇச்சா' (Absolute Idea), ஹாப்மான், ஸோபன்ஹார் இவர்கள் சொல்லும் 'யதேச்சா' (Bind will) ஹென்ரி பர்க்ஸனின் 'இச்சா சக்தி' (Jean Vital) யாவும், மனிதனுடைய கொள்கை கிரியாத்மகமான தென்றே வற்புறுத்துகின்றன. இவற்றின் மூலமாகத்தான் மனிதன் ஸ்ருஷ்டிக்கும் ஆற்றலைப் பெறமுடியும்.

இந்தச் சக்தி, இராதுபோனால் நாம் வெறும் மண் பொம்மைகளே. இறைவனுடைய தேஜஸிலிருந்து சிதறின பொறிகளே நம்முள் புகுந்து வேலைசெய்கின்றன. இந்த மஹத்தான தத்துவத்தில் நமக்கு நம்பிக்கை ஏற்படவேண்டும்.

இம்மையில் இந்த ஜடதேகத்திற்கு ஏற்படும் இன்ப துன்பங்களைப் பொருட்படுத்தாது, எவனொருவன் ஸத்யத்தை நிலைநிறுத்தத் தன் வாழ்வையும் பறிகொடுப்பானோ அவன் வெற்றி பெறுவது திண்ணம். நான் கொண்ட ஆதர்சம் (Ideal) ஒருநாள் கட்டாயம் ஜயமடைந்தே தீரும். ஆகையால் என் தேக ஸௌக்கியத்தைக் குறித்தாவது என் பிற்கால வாழ்வைப் பற்றியாவது நான் சிறிதும் சிந்திக்கவில்லை.

கவர்மெண்டின் நிபந்தனைகளுக்கு நான் தந்திருக்கும் மறுமாற்றத்தில் எனது கொள்கைகளைத் தெளிவாகக் காட்டியிருக்கிறேன். இன்னும் அரசாங்கத்தார் அதிகமாக விலகிக் கொடுக்கவேண்டி நான் பேரமாடுவதாகச் சிலர் விமர்சனம் செய்கிறார்கள். அவர்களுடைய குரூரமான போக்கைக் கண்டு நான் வருந்துகிறேன். பேரமாடுவதற்கு நான் கடைக்காரன் அல்ல. பாசாங்கு, கள்ளத்தனம் இவைபோன்ற ஈன முறைகளை நான் முற்றும் வெறுப்பவன். நான் ஒரு ஸத்யமான ஆதர்சத்தைப் பின்பற்றியே நிற்கிறேன். சுகமாக வாழ்வதற்கு நான் இந்தமாதிரி

சாலக்குகள் புரிகின்றேன் என்றால் நான் உயிரைத் திருணமாகக் கூட மதிக்கவில்லையே? என்னுடைய மதிப்புக்கும், கடைத் தெருவின் மதிப்புக்கும் எந்த விஷயத்திலும் ஒற்றுமையில்லை. கேவலம் சுகத்தின் ஏற்றத் தாழ்வினாலேயே ஒருவனுடைய வாழ்க்கையில் ஏற்படும் பலாபலன் நிர்ணயிக்கப்படுவதாக எனக்குத் தோன்றவில்லை. உடல்வன்மையினால் நிகழ்வதல்ல இந்தப் போர். இம்மையின் சுகபோகங்களை அடைவதே நாம் துவக்கும் பெருஞ்சமரின் உத்தேசமன்று. ஸெயின்ட் பால் (Saint Paul) சொல்லியிருக்கிறார்.

''நாம் இந்த ரக்த மாமிசபிண்டமான சரீரத்துடன் போராடவில்லை. இவ்வுலகில் அஞ்ஞான இருளை வளர்க்கும் அரக்கர்களோடுதான் நமக்குச் சண்டை. இன்று உலகில் உயர்ந்த பதவியில் வீற்றிருக்கும் அநியாய மென்னும் அந்தச் சாத்தானுக்கு விரோதமாகத்தான் நாம் சமர்புரிகிறோம்.''

சுதந்திரம், ஸத்யம் இவையே நம்முடைய ஆதர்சம். இரவு கழிந்ததும் பகல் வருவது போல், நம்முடைய முயற்சி யனைத்தும் முடிவில் வெற்றியே பெறும். இதனால் நமது உடல் அழிந்தாலும் அழியும். ஆனால் அசையாத நம்பிக்கையும், எதற்கும் அஞ்சாத ஸங்கல்பமுமே நமக்கு ஜயத்தைத் தருவன. நாம் செய்யும் முயற்சியின் பயனைக் காண யார் கொடுத்து வைத்திருக்கிறார்களோ? பகவானே அதை நிர்ணயிக்கும் கர்த்தா! என்வரைக்கும் நான் என்காரியத்தை நடத்தக் கடவேன். அதனால் என்ன விளைந்தாலும் சரி. இன்னும் ஒரு வார்த்தை, அதைச் சொல்லிவிட்டு நான் நிறுத்திக்கொள்கிறேன். ஸ்விட்ஜர் லாண்டிற்குப் போவதையும் போகாததையும் பற்றித் தற்சமயம் என்னால் ஸ்திரமாகக் கூறமுடியாது. இப்போது இருக்கும் உடல் நிலையில் ஸ்விட்ஜர்லாண்டிற்குப்போகும் சிரமத்தைச் சகிப்பது என்னால் இயலாத காரியம். முதலில் இந்தியாவிலேயே ஏதாவது ஓர் ஆரோக்ய நிலத்தில் தங்கி நான் சரீரத்தைத் தேற்றிக்கொள்ள வேண்டும். ஸ்விட்ஜர்லாண்டிற்குப் போகவேண்டிய பலம் எப்போது எனக்கு ஏற்படுமென்று சொல்லமுடியும்? எது வாயிருந்தாலும், சிகித்ஸகர்களின் அபிப்பிராயம் நான் நன்றாகக் குணமடைந்த பிறகே இதைப் பற்றி யோசிக்கவேண்டும் என்பதே. மேலும் இந்தியாவிலேயே ஓர் ஆரோக்யாச்ரமத்தில்

தங்குவதனால் நோய் தீரும் பக்ஷத்தில் என் ஸ்வேச்சையின்பேரில் நாடு கடத்தப்படுவதற்கே, ஸ்விட்ஜர்லாண்டிற்குப் போவதற்கோ ஆவச்யகம் என்ன?

அப்படி ஸ்விட்ஜர்லாண்டிற்குப் போவதாக இருந்தால் நான் என் பணவருவாயைப் பற்றி நன்றாக ஆலோசிக்கவேண்டாமா? உற்றார் உறவினரோடு, விசேஷமாகத் தாய்தந்தையருடன், கலந்து யோசிக்க அவகாசம் வேண்டும். இன்னும் சில மாதங்களுக்குள் வங்காள அரசியலில் அநேக மாறுதல்கள் நிகழலாம். வங்காள அதிகார வர்க்கத்தினரின் மனப்பான்மையும் மாறலாம். இந்த விஷயத்தில் யாதொரு கட்டிற்கும் உட்படாமல், என் இஷ்டப்படி ஒரு திடத்திற்கு வரவிரும்புகிறேன். அப்படி அரசாங்கத்தாரின் உத்தேசம், நான் கட்டாயம் ஸ்விட்ஜர்லாண்ட் போகவேண்டுமென்று இருந்தால் நீங்கள் எதற்கும் தயங்க வேண்டாம். அதிகாரிகளுடன் வைத்துக்கொண்ட ஸம்பர்க்கத்தை நிறுத்திக்கொள்ளுங்கள். கடவுள் எல்லாவற்றையும் விட மேலானவர்; சக்தி வாய்ந்தவர்; அவரையே நான் பூர்ணமாக நம்புகிறேன். நான் எதற்காக வருத்தப்படவேண்டும்?

என்பால் அன்பு பூண்டிருப்பவர் அநேகருக்கு இதனால் மனக்கிலேசம் ஏற்படலாம். அதற்காக நான் துக்கிக்கிறேன். தாய்நாட்டின்மீது ஒரே விதமாகப் பற்றுதல் கொண்டிருப்பவர்கள், இன்ப துன்பங்களைப் பரஸ்பரம் அனுபவிப்பார்கள். இதை அறிந்து நான் ஆறுதல் கொள்கிறேன். நீங்கள் யாவரும் க்ஷேமம் என்று நினைக்கிறேன்.

ஸ்ரீயுக்த சரத் சந்த்ர வஸு அவர்களுக்கு
எழுதிய கடிதம்.

வட கல்கத்தாவாசிகளுக்கு ஒரு விண்ணப்பம்

1

பெல்ஸல் லாட்ஜ்,
ஷீலங்.
18-8-27

வணக்கத்துடன் தெரிவித்துக்கொள்கிறேன்.

போன வருஷம் வங்க சட்டசபைத் தேர்தல் நடந்தபோது, வட கல்கத்தா முஸல்மான் அல்லாதார் தொகுதிக்கு நான் அபேக்ஷகனாக நின்றேன். அச்சமயம் நான் மாந்தாலேய்ச் சிறையிலிருந்து ஸெப்டம்பர் 24ஆம் தேதியில் உங்களுக்கு அனுப்பிவைத்த ஒரு விஞ்ஞாபன பத்திரம் உங்களிடம் சேர்ப்பிக்கப் படவில்லை. அதுயாது காரணம் பற்றியோ, எனக்குத் தெரியாது. அதிகாரிகள் அது அனுப்பிவைக்கத் தகுதியற்றது என்று நிச்சயமாக எண்ணியே இவ்விதம் செய்திருக்கவேண்டும். பிரமாதம் ஒன்றும் இராத என்னுடைய இந்த வேண்டுகோளைத் தகைந்ததைப்பற்றி நான் அவர்களை வினவியும் யாதொரு பதிலும் வரவில்லை. என் தேர்தல் விஷயமாகச் சிலருக்குத் தனியாக எழுதிய கடிதங்களும் உரிய இடங்களை அடைய வில்லை. இதுவும் அவர்களுடைய வேலைபோலும்! காராக்ருஹத்தில் இருக்கையில் சில உத்தியோகஸ்தர்கள் மூலமாக நான் தெரிந்துகொண்டதாவது; ஸர்க்கார் என்னுடைய தேர்தல் விஷயமாக யாதொரு கடிதப்போக்கு வரத்தும் சிறையிலிருந்து

நடக்கக் கூடாதென்று ஸங்கல்பம் கொண்டிருந்தார்கள் என்பது தான்.

என்னுடைய வேண்டுகோள் உங்களை அடையா விட்டாலும், இந்தச் சிறையிலிருந்து என்னுடைய மௌனமான ஏக்கம், ஒரு விண்ணப்பமாகவே உங்களுடைய ஹ்ருதயங்களைத் தொட்டு இருக்கவேண்டும். இதனால் அல்லவோ, எனக்குப் போட்டியாகப் பலமான ஓர் எதிரி நின்றும், தகுதியற்ற என்னை உங்கள் வாக்கு உரிமையைச் செலுத்தித் தேர்ந்தெடுத்திருக்கிறீர்கள். அன்று மாந்தாலயச் சிறையின் ஒரு தனிமையான அறையில் சுமார் இரவு 10 மணிக்கு வெற்றிச் செய்தி எங்களுக்குத் தெரிந்த போது, உங்களை எல்லாம் நேராகச் சந்தித்து நன்றியைச் செலுத்தும் சந்தர்ப்பம் வாய்க்கப் பெறாததுபற்றி வருந்தினோம். பெருவரை, ஆழ்ந்த கடல், நதி, அரண்யம் இவற்றை யெல்லாம் தாண்டி என் ஹ்ருதயவாணி உங்களை அடைந்திருக்குமென்று எண்ணுகிறேன்.

ஒருவனுக்குக் கஷ்ட திசை வந்துற்றதும் அவனுடைய ஆப்த நண்பன்கூட அவனைத் துறந்துவிடுவது ஸஹஜம். அதே கதியில் இருக்கும் என்னை - அரசாங்கத்தாரின் கோபத்திற்கு ஆளாகி யிருக்கும் என்னை - நீங்கள் அவர்களுடைய மிரட்டலையும் பொருட்படுத்தாது, ஓர் உயர்ந்த பீடத்தில் தூக்கி வைத்திருக்கிறீர்கள். இந்த விதமாக நீங்கள் காட்டிய அன்பும், என்னிடத்தில் கொண்டிருக்கும் நம்பிக்கையும் என் ஒருவனைமட்டும் பெருமை யடையச் செய்வதன்றி, என்னுடன் சிறையில் உழலும் மற்ற வரையும் கௌரவப் படுத்துவதாகும்.

காராக்ருஹ வாஸத்தினால் என்னுடைய ஆந்தரிகமான நன்றியைத் தெரிவிக்க முடியாதவனாக இருக்கிறேன். தேசத்தின் தற்கால ஸ்திதி எவ்வாறாக இருக்கிறது என்பதைக் கேட்டு அறிந்துகொள்ள எனக்குச் சௌகர்யமும் இல்லை. விடுதலை அடைந்ததும், இரண்டொரு கடமைகளை முக்கியமாகச் செய்ய வேண்டுமென்பது என் கோரிக்கை. சிறை மீள்வேன் என்ற நம்பிக்கை சிறிதளவும் எனக்கு முன்பு இல்லை. திடீரென நான் எதிர்பாராதபடி விடுதலை அடைந்தபோது நான் எந்தக் காரியத்திற்கும் சக்தியற்றவனாய் உடல் வலிமை குன்றி, பிணிக்கும் ஆளாகி இருப்பதை உணர்ந்தேன். நான் சிறை

மீண்டும் உங்களுடைய பிரதிநிதி என்ற பேரில், இதுவரை யாதொரு தொண்டும் செய்தபாடில்லை. என் விருப்பத்திற்கு விரோதமாக நான் உங்களையெல்லாம் கவனியாமல், நோயினின்று விடுபட இங்குவர நேரிட்டது. வேலையில் இறங்கச் சற்றுத் தாமதம் ஆகும். அதற்குப் பூர்வ பீடிகையாகத் தற்சமயம் இரண்டொரு கடிதங்கள் மூலம் என் வந்தனத்தைத் தெரி விக்கிறேன்.

என் விடுதலைக்குமுன் நீங்கள் எவ்வாறு என்னை வரவேற்றீர்களோ, அவ்விதமே என் நோய் குணமடை வதற்காகவும் என் மங்களத்திற்காகவும் நீங்கள் உள்ளூறப் பாடுபடுவதை நான் ஒருபோதும் மறவேன். இந்தப் பெரிய தொண்டிற்கு என்னை நீங்கள் அருகதை உடையவனாகச் செய்தது என் பரம பாக்யமே. அதை வழுவின்றிச் சீராக நடத்துவதே என் கருமம்; என் ஒரே லக்ஷ்யமும் ஆகும். அன்பும், ஆதரவும் காட்டி என்னைச் சம்மானித்துள்ளீர். அதற்கு நான் யோக்யதை உடையவனாக இருக்க முயல்வேன். இதுவே இறைவனுடைய அடியில் நான் உளம் குழையப் பிரார்த்திக் கொள்வதாகும்.

நான் பூர்ண குணமடைய இன்னும் நாட்கள் செல்லு மானாலும் உங்களுடைய ஆசீர்வாதம் என்னை மெல்ல மெல்ல ஆரோக்ய மார்க்கத்திற்கே கொண்டுவிடும். உடல் வலிமை அடைந்தாலும், மனத்திற்கு உரமும் அமைதியும் ஏற்பட வேண்டாமா? சுதேசப் பற்றுடைய வங்கத்தாயின் உண்மைப் புதல்வர்கள், யாதொரு குற்றமும் செய்யாதிருக்கும்போது விசாரணை வழக்கின்றி சிறையின் கொடுமையினால் வதங்கு கின்றனரே. இப்படிச் சிறையில் கிடக்கும் தம் இஷ்டஜன பந்துமித்திரர்களின் கஷ்டதசையையும், நிதமும் அவர்கள் படும் இகழ்ச்சியையும் நினைந்து நினைந்து வங்க நரநாரியர் துடிக்கின்றனர். வங்காளத்தில் இன்று அநேக குடும்பங்கள் உயிரினும் இனிய தம் மக்களையும், உடன் பிறந்தவர்களையும், புருஷரையும் இழந்து, சுடுகாடாகவே மாறிவிட்டன. இந்தச் சமயத்தில் எந்த வங்காளிதான் நிச்சிந்தையாக உண்பதிலும் உறங்குவதிலும் காலத்தைக் கழிப்பான்?

நான் சட்டசபைக்கு வராதுபோனாலும், என்னுடைய பெயர், அங்கத்தினர் பட்டியலிலிருந்து அடிக்கப்படாதென்று வங்காள கவர்னர் எனக்குத் தெரிவித்துள்ளார். ஆனால், சட்ட சபை அடுத்தபடி கூடும்போது ராஜீயக் கைதிகளின் விஷயமாக எழும் பிரச்னையில் நேரில் கலந்து போராட வேண்டுமென்று எனக்குப் பேரவா. ஆனால் சிகித்ஸகர்கள் என்னை இதற்கு அனுமதிப்பார்களோ மாட்டார்களோ? அனுமதி கிடைக்கும் பக்ஷத்தில் உங்களுடைய பிரதிநிதியாக நான் என் கடமைகளைச் செலுத்த முற்படுவேன். அப்படி நான் போகக் கொடுத்து வைக்காவிட்டால் என்ன பண்ணுவதென்று, சில பிரஸ்தாவனை களையும் கேள்விகளையும் முன் ஜாக்கிரதையாகவே சட்ட சபைக்கு அனுப்பி வைத்திருக்கிறேன். எதற்கும் விரைவில் என் உடம்பை சுவஸ்தப்படுத்திக் கொள்ள வேண்டிய வழிகளைத் தேடுவேன். அப்போது தானே நான் தேசத் தொண்டிற்குத் தகுதி உடையவனாவேன்? என்னைச் சுற்றிலும் புதிய எழுச்சியின் ஸூசகங்கள் தோன்றுகின்றன. தேசீய வாழ்வில் மீண்டும் வெள்ளம் புரண்டுவரும் ஓசை என் காதுக்கு எட்டும் போது நான் மனப்பூர்வமாக அதில் குதிக்கச் சித்தமாக இருப்பேன். நான் ஆசைப்படுவதும் இதுவே.

இதற்குமேல் என்ன எழுதுவது? எல்லோருக்கும் என் வணக்கம்.

2

வங்க சட்ட சபைத் தேர்தலில் என்னை வட கல்கத்தா முஸல்மான் அல்லாதார் தொகுதிக்கு நிற்க, காங்கிரஸ் மஹா சபை நியமித்திருக்கிறது. பொது ஜனங்களும் எனக்கு அனு கூலமாக இருப்பதை உத்தேசித்தும், நன்மையே செய்துவரும் சிலருடைய உபதேசத்தின் பேரிலும், சுயநாட்டிற்குச் சேவை புரிய இதனால் தக்க சந்தர்ப்பங்கள் கிடைக்குமென்ற ஆசை யாலும் காங்கிரஸ் மகாசபையின் ஆதேசத்தைச் சிரமேற் கொண்டேன். நான் மட்டும் சிறையில் கிடக்காது இருப் பேனாயின், அபேக்ஷகனாக நிற்பதற்கு முன்பு உங்களுடைய

கோரிக்கைகளையும் குறைகளையும் கேட்டுக்கொண்டே இந்தத் தேர்தலுக்கு நின்றிருப்பேன். என்னுடைய தற்போதைய நிலைமை அங்ஙனம் செய்வதற்கு இடையூறாக நிற்கிறது. நீங்கள் யாவரும் உங்களிடம் இயல்பாக உள்ள பெருந் தன்மையினால் இந்தச் சிறிய குறையைப் பொறுத்தருள்வீர்களென எண்ணுகிறேன்.

சிறையில் கிடக்கும்போது தேர்தலுக்கு நிற்பது உசிதமா அன்றா, அப்படி நிற்பதனால் ஏதாவது உபயோகமுண்டா இல்லையா என்ற விஷயங்களை நான் ஆழ்ந்து யோசித்துப் பார்த்தேன். இதனால் பலனேற்படுமென்றே காங்கிரஸ் மஹா ஸபையும் என்னை நிற்கும்படி ஆக்ஞாபித்தது. தேசபந்து சித்தரஞ்ஜன் இப்போது உயிருடன் இருப்பாராயின் என்னை இதற்கே தூண்டியிருப்பார் என்பதில் ஸந்தேகமில்லை. ஸ்ரீ அநில பரண் ராயும் ஸ்ரீ ஸத்யேந்த்ர சந்த்ர மித்ரரும் தேர்தலுக்கு நின்ற சமயங்கூட அவர் என்ன சொன்னாரோ அதையே எனக்கும் இந்த ஸந்தர்ப்பத்தில் ஓதியிருப்பார். இவ்வாறெல்லாம் ஆராய்ந்து பார்த்த பிறகே, அபிஷேகனாக நிற்பதனால் விசேஷ அனுகூலம் ஏற்படுமென்று எனக்கும் தோன்றிற்று. நான் வெளியேறும்படி நல்ல காலம் பிறந்தால் என்னுடைய முதல் காரியம், உங்களைக் கண்டு என்னுடைய கொள்கைகளை எடுத்துக் கூறுவதேயாகும். நீங்கள் சொல்லும் யோசனைகளையும் இடும் ஏவலையும் செய்து முடிப்பதே என் கடமையாகக் கொள்வேன். ஆனால் ஸர்க்கார் அத்தகைய அரிய பணியிலிருந்து என்னை வஞ்சித்துவிட்டார்கள். ஒரு குற்றச்சாட்டுமின்றி, ஒரு விசாரணையுமின்றி, நான் இந்த இரண்டு வருஷங்களாகச் சிறையில் அடைக்கப்பட்டிருக்கிறேன். இந்த நீண்ட காலத்தில் அநேகந் தடவை வேண்டிக்கொண்டும், அரசாங்கத்தார் என்னை எந்த நீதி ஸ்தலத்தின் முன்பாகவும் நிறுத்திவைத்து விசாரிக்க முன்வரவில்லை.

எனக்கு விரோதமாக இவர்கள் தொடுத்திருக்கும் குற்றச் சாட்டுகள் யாவும் வெறும் பொய் என்று பொதுஜனங்கள் அறியும்படி நிரூபிக்க என்னை விடவும் இல்லை. நான் செய்த குற்றம் வேறு ஒன்றுமில்லை. அடிமை வாழ்வை நிரந்தரமாக ஒழிக்க, ஸ்வதேச ஸேவைக்குப் பாடுபடக் காங்கிரஸின் ஓர் எளிய தொண்டனாக, உடலையும் உயிரையும் ஸமர்ப்பணம் செய்ய முற்பட்டதேயாகும். இதற்காகச் சுயநாட்டின் சிறை ஒன்றில் கிடத்தாமல் என்னை அயல்நாட்டில் அல்லவோ

அடைத்து வைத்திருக்கிறார்கள். என் வங்க தேசத்தின் மண், காற்று இவற்றின் புனித ஸ்பர்சத்திலிருந்து இத்தனை நாட்களாக நான் வஞ்சிக்கப்பட்டிருக்கிறேன். அப்படியிருந்தும், இந்தக் காராக்ருஹ வாழ்வு வீணாகதென்னும் உறுதியே எனக்கு ஆறுதலை அளிக்கிறது. இன்று என் வேதனை முற்றும் ஒரு வண்ண மலரையொத்து மகிழ்ச்சியின் மணங்கொண்டே விளங்குகிறது. இங்கு வருவதற்குமுன் நான் வங்க நாட்டையும் பாரத பூமியையும் எல்லோரையும் போலவே நேசித்திருந்தேன். இன்று நான் பொன்னான என் வங்க மாதாவிடமிருந்தும் புண்ணியம் நிரம்பிய பாரததேவியிடமிருந்தும் பிரிக்கப்பட்டிருப் பதனால் அவர்களை நூறு மடங்காக நேசிக்கும் அரிய பாக்கியத்தை அடைந்திருக்கிறேன். அழகிய வானமும் தண்மை யான காற்றும் கூடி, இனிய கனவுகளையும் நினைவுகளையும் மூட்டும் வங்க மாதாவின் வசீகரமான வடிவம் இன்று எவ்வளவு தூய்மையாகவும் அழியாக் கவினுடனும் என் மனத்தில் திகழ்கின்றது! ஆன்மாவையே ஸமர்ப்பிக்கும் ஒரு பெரிய ஆதர் சத்தை மேற்கொண்டு, நான் என் பணியைச் செய்யப் புகுந்து விட்டேன். வெஞ்சிறை என்னும் உரைகல்லின் கடின பரிக்ஷையே, இந்த மஹாதானத்திற்கு என்னை யோக்கியதை உடையவனாகச் செய்திருக்கிறது. வங்காளத்தில் விரிகூந்தலாகப் பெருகியோடும் பாகீரதியிலும், கதிர்கள் அசையும் அதன் பைந்நிறப் பழனங் களிலும் அறிவுச் சுடரையும் உயர்ந்த லக்ஷ்யத்தையும் வளர்த் திருக்கிறது. ரிஷி பங்கிம் தொட்டுத் தேசபந்துவரை, பேர் ஆற்றல் படைத்தவர்கள் அநேகர் ஸாதனையின் மூலமாகக் கண்டறிந்து இலக்கியத்தில் தீட்டிய வங்கத்தாயின் விசித்திர ரூபம், கணக்கற்ற கலை வல்லார்க்கும் கவிவாணர்க்கும் வழி காட்டியாக இருக்கிறது. இன்று அதன் ஓர் அம்சத்தை மட்டுமே கண்டு களிப்புற்றேன். அதை நுகரும் புண்ணியத்தினால் என்னுடைய இந்த இரண்டு வருஷச் சிறைவாசம் வீண்போக வில்லை யென்றே தோன்றுகிறது. இத்தகைய ஓர் அன்னையின் பொருட்டுத் துயரை விரும்பி அழைத்துக்கொள்வது எனது அதிர்ஷ்டமே!

தங்களைப் பற்றிச் சிலாகித்துச் சொல்லிக்கொள்ளும் ஒரு ரீதி அபேக்ஷகர்களிடை வெகுநாட்களாகவே உண்டு. ஆனால் உங்க ளுடைய வாக்குரிமையைப் பெற அத்தகைய ஸாமர்த்தியமோ

நாவன்மையோ என்னிடம் சிறிதும் இல்லை. ஐந்து ஆண்டு களுக்கு முன்னர், கொந்தளிக்கும் கடல் அலைபோல் பாரத மக்களின் பிராணன் தேசமாதாவின் பாதமலருக்குக்காக ஊழியம் செய்யப் பொங்கி எழுந்த போது, நானும் கல்லூரியிலிருந்து வெளிப்பட்டு அந்த மகா கைங்கரியத்தில் கலந்து கொண்டேன்.

என் வாழ்வைப் பாரதத் தாயின் பதாம்புஜங்களில் அஞ்ஜலியாகச் செலுத்தி, அந்த அர்ப்பணத்தின் மூலமாக அதைப் பரிபூர்ணமாக்க வேண்டுமென்னும் ஊக்கமே என்னை இந்தச் சேவைக்குத் தூண்டியது. தேசத்திற்கு இயற்றும் தொண்டையோ அரசியலைப் பற்றி விசாரணை செய்வதையோ, ஸமயத்திற்கு ஏற்ற உத்தியோகமாக நான் கொள்ளவில்லை. பராதீனமான தேசத்தின் முன்னேற்றத்திற்காக உழைப்பவர்களின் ஜீவிய திசையில் அநேக கஷ்டங்களும் கடுமையான சோதனைகளும் ஏற்பட்டே தீரும்; சொல்லொணா வேதனையையும் பொறுத்துக் கொள்ள வேண்டிவரும். இதற்கெல்லாம் உடன்பட்டே முன் வந்திருக்கிறேன். எனது காரியம் எவ்வளவு தூரம் கைகூடிற்று என்பதை என் நாட்டினர் தாங்களே அறிந்து கொள்ளவேண்டும். என் வாழ்வு அற்பமானதாயினும் அநேக நிகழ்ச்சிகள் நிரம்பி விளங்குகின்றது. என்மேல் பாய்ந்து சென்ற புயல்கள் கணக்கிடத் தொலையா. அந்த விக்கினங்களே உரைகற்கள்போல், என்னை நானே அறிந்துகொள்வதற்கு உபயோகமாக இருந்தன.

இந்த ஆழ்ந்த அனுபவத்தின் பயனாக என் மனத்தில் உண்மை உதயமாகிறது. முள் நிரம்பிய பாதை வழியாக என் லக்ஷ்யம் கிட்டும்வரை நான் செல்லவேண்டும். அதற்குப் பங்கம் நேராதபடி என் விரதத்தை நீடிக்க வேண்டும். நிச்சயம் இராத எதிர்காலத்தை நம்பியே நான் இந்த விரதம் கொண்டிருக்கிறேன். 'இதை நிறைவேற்றாமல் திரும்பக்கூடாது' என்ற திடஸங்கல்பம் இளவயதிலேயே உண்டு. என் வாழ்வையும் கல்வியையும் பிழிந்தெடுத்தே இந்த உண்மையை நான் உணர்ந்தேன். அடிமையாக இருக்கும் ஜாதியின் ஆற்றல் யாவும் வீணே. அதன் கல்வி, ஸாதனை, முயற்சி யாவும் ஸ்வாதீனமடையும் மார்க்கத் திற்கு அனுகூலமாக இராமற்போனால், வியர்த்தமே. என் உள்ளத்தினின்று. ஒரு வாக்கு எப்போதும் துவனித்துக் கொண்டே இருக்கிறது: ''ஸ்வாதீனம் இராத வாழ்வை யார் விரும்புவர்?'' என்பதே அது. கைகுவித்து உங்களை வேண்டிக்கொள்ளுகிறேன்:

என்னை நீங்கள் ஆசீர்வதியுங்கள். ஸ்வராஜ்யம் பெறுவதற்கான இந்தப் புண்ணிய கைகங்கரியமே என் இஷ்ட மந்த்ரமாகவும் நான் செய்யும் தவமாகவும் இருக்கவேண்டும். என் கடைசி மூச்சுப் போகும்வரை, பாரத நாட்டை விடுதலை செய்யும் பெரும் போரில் ஈடுபட்டிருக்க வேண்டுமென்பது என் பிரதிக்ஞை.

ஆத்ம ஸமர்ப்பணமென்னும் மாண்பிற்குப் பிரத்யக்ஷ உதாரணமானவரும் அழியாக் கீர்த்தி வாய்ந்தவருமான தேசபந்து சித்தரஞ்ஜனரின் கழலடியில்தான் தேச ஸேவைக்குத் தகுதியாகும் தீக்ஷையை நான் முதலில் பெற்றேன். அவர் உயிருடன் இருக்கையில் நான் எல்லா இடையூறுகளையும் துச்சமாகக் கருதி அச்சமின்றியே அவருடைய கொடி நிழலைப் பின்பற்றினேன். அவர் இப்போது இல்லை. உலகம் போற்றும் பண்பினையுடைய அவர் எனக்குப் புகட்டிய அறிவை உன்னி, மஹிமை நிரம்பிய அவருடைய ஆதர்சத்தை என்முன்னே வைத்துக்கொண்டு, கண்ணுங் கருத்துமாய் எனது வாழ்க்கையை நடத்தவேண்டு மென்ற ஸங்கல்பத்தையே நான் மனத்தில் போஷித்து வருகிறேன். மங்கள ஸ்வரூபியான பகவான் எனக்கு உதவி புரிவாராக.

இப்போது இருக்கிற நிலையில் ஒரு தீர்மானத்தைக் கொண்டுவரும் பொறுப்பை உங்கள் கையிலேயேவிட்டு விட்டேன். காரணம்: இந்தத் தேர்தல் போட்டிக்கு வெளி நாட்டிலிருக்கும் அரசியல் கைதியான நான், மலை, நதி, கடல் இவற்றைக் கடந்து எங்ஙனம் வரமுடியும்? தாய்நாட்டிற்கு நான் செய்யும் தொண்டு மஹா தியாகிகள் செய்த முயற்சிகளில் சிந்திப்போனது காணாது. ஆயினும் நீங்கள் சிறிதாகிலும் என்னைப்பற்றி அறிந்து இருக்கிறீர்கள். இன்று உங்களில் அநேகர் எனக்கு அறிமுகம் இராதவர்களாயிருப்பினும் என்ன, உங்களை அண்டி யாசிக்க எனக்கு உரிமை இல்லையா? எனக்கு வெற்றி உண்டாவதன் அர்த்தம் என்ன? காங்கிரஸ் மஹா சபையின் வெற்றிதான்! பொதுஜனத்தின் வெற்றியே! இந்தத் தேர்தல் போட்டியில் நீங்களே எனக்குள்ள ஸஹாயம், பலம், ஸம்பத்து, நம்பிக்கை யாவும் ஆவீர். உங்களுக்காக உழைத்துக்

கிருதார்த்தனாவேன். இது என் அபிலாஷை. தொண்டுபுரிய ஏற்ற ஸந்தர்ப்பத்தை நீங்கள் இதன் மூலமாக எனக்கு அளிப்பீர்களென்று ஐயம் திரிபில்லாமல் அறிவேன். இதற்குமேல் நான் சொல்ல என்ன இருக்கிறது? தேசமாதாவின் உயிருள்ள உருவங்களான நீங்கள், கடலுக்கு அப்பாலுள்ள கைதியின் பிரார்த்தனையை ஏற்றுக்கொள்ளுங்கள்.

மாந்தாலயச் சிறையிலிருந்து 1927ஆம் வருஷம்
ஸெப்டம்பர்மீ 24ஆம் தேதியன்று எழுதியது. அதிகாரிகள்
அடக்கிவைத்திருந்த ஸுபாஷின் தேர்தல்
விஞ்ஞாபன-பத்திரம் இதுவே.

தேசபந்து

மாந்தாலயச் சிறை
12-8-25

மிகவும் வணக்கமாக எழுதிக்கொள்கிறேன்:

'வஸுமதி'யின் மாதாந்த இதழில் 'நினைவுகள்' (ஸ்ம்ருதி கதா) என்ற தலைப்பின்கீழ் நீங்கள் எழுதியுள்ள அரிய விஷயத்தை மூன்று தடவை படித்தேன். அது எனக்கு மிகவும் பிடித்திருந்தது. மனிதர்களுடைய குணத்தை ஊடுருவி ஆராய் வதில் உங்களுக்கு மிகவும் அற்புதமான ஓர் உள்நோக்கு இருப் பதை நான் காண்கிறேன். தேசபந்துவிடம் உங்களுக்கு இருந்த நட்பு, நெருங்கிய பழக்கம், சிறுநிகழ்ச்சிகளின் பின் மறைந் திருக்கும் உண்மைகளைச் சுவைததும்பும்படி விவரிக்கும் ஆற்றல், இவையே இந்த அழகிய இலக்கிய ஸ்ருஷ்டிக்கு உதவி யிருக்கின்றன.

தேசபந்துவின்மீது அந்தரங்கமான பிரியம் கொண்டவர் மனத்தினுள் வேதனை மறைந்து இருக்கிறது. இந்த வேதனை இன்னதென்று எடுத்துக்காட்டி, உண்மையை வெளிப்படுத்தியது மன்றி, எங்கள் மனத்தை அழுத்தும் பெரும் பாரத்தையும் விலக்கிவிட்டீர்கள்.

''சுதந்திரம் பெற, நம்மை ஆளும் அன்னியரைக் காட்டிலும் நம்மவருடனேயே அதிகமாகச் சண்டை போடவேண்டி யிருக்கிறது. பராதீனமான தேசத்திற்கு இது பெரிய சாபக் கேடல்லவா?'' - உண்மையானது இந்த உரையின் மூலம் பச்சையாக வெளிப்படுகிறது. எச்சரிக்கை செய்யும் இந்த ஸத்ய

வாக்கின் அனுக்ரஹத்தை நம் நாட்டின் உண்மை ஊழியர்கள் உணர வேண்டும்.

நீங்கள் எழுதியிருக்கும் விஷயங்களுள் எல்லாவற்றையும் விடக் கீழ்க்கண்டதே என் மனத்தில் அதிகமாக ஊன்றி நிற்கிறது. ''எல்லோருக்கும் பிரியமானவர், மற்றொருவனுக்காக உள்ளூற அனுதாபப்படும் உயர்ந்த பண்பினையுடையவர். அவருடன் அருகிலிருந்து பழகிய பாக்கியம் பெற்ற நாம், இன்று ஏற்பட்ட பெருந்துயரை வெளிப்படுத்தி ஆற்றிக்கொள்ளச் சக்தியற்றவர் களாய் நிற்கிறோம். ஒருவருக்கொருவர் வருத்தத்தைச் சொல்லிக் கொள்ளப் பதமும் இல்லை; அதை இதரர்களுக்குத் தெரியப் படுத்த நமக்குப் பிடிப்பதும் இல்லை.'' வாஸ்தவமே! ஹ்ருதயத்தில் ஆழ்ந்து கிடக்கும் விஷயங்களைப் பிறரிடம் ஸஹஜமாகச் சொல்லிக்கொள்ள முடியுமா? அதைக் கேட்டு அவர்கள் ஏளனம் செய்வதாயிருந்தாலும் நாம் பொறுத்துக்கொள்வோம்; அதன் சுவையை உணரத் தக்க யோக்கியதை இராதவர்களானால் எப்படி ஸஹிப்பது?

''அரஸிகேஷு ரஸநிவேதனம் சிரஸி மா லிக''[1] என்ற படி நம்முடைய அந்தரங்கமான விஷயங்களை அந்தர்யாமியைத் தவிர்த்து வேறு யாரால் அறிந்து கொள்ளமுடியும்?

எனக்குச் சுவை மிகுந்து தோன்றும் இன்னுமொரு விஷயமும் எழுதியிருக்கிறீர்கள்: அது, ''தேசபந்துவின் வேலையைச் செய்தோம் நாம்'' என்பதே. உண்மையை விரும்பும் பக்ஷத்தில். தேசபந்துவின் கொள்கைகளை நம்பாத சிலர், அவருடைய விசால ஹ்ருதயத் தினால் இழுக்கப்பட்டு அவர் பொருட்டே அவருடைய காரியங் களைச் செய்துவந்தனர். கொள்கைகளில் வேறுபாடுகள் இருந் தாலும், அவர் எல்லோரிடத்திலும் ஸமமான அன்பு பூண்டு இருந்தார். சமூகத்தில் வழங்கும் அளவுகோலைக் கொண்டு மனிதர்களை அவர் மதிப்பிட்டதை நான் பார்த்தது இல்லை. மனிதனிடத்தில் நல்லதும் இருக்கும். கெட்டதும் இருக்கும்; இதை ஒப்புக்கொண்டு அவனை அன்புடன் நோக்குவதே உசிதம். அவர் இந்த வார்த்தையில் நம்பிக்கை கொண்டவர். இந்த நம்பிக்கையின்பேரில்தான் அவருடைய வாழ்க்கையும் நின்றது.

1. ரஸபோதமற்றவர்களுக்குச் சுவையுள்ள விஷயங்களைச் சொல்லும் படி என் தலையில் எழுதாதே

நாங்கள் குருட்டுத்தனமாக அவரைப் பின்பற்றினோமென்று பெரும்பான்மையோர் எண்ணுகிறார்கள். ஆனால் பிரதான சிஷ்யர்களுடன்தான் அவருக்கு எப்போதும் சண்டை. கணக்கற்ற விஷயங்களில் அவருக்கும் எனக்கும் மனத்தாங்கல்கள் ஏற்பட்டிருக்கின்றன. நான், எவ்வளவு சண்டை போட்டால்தான் என்ன, எனக்கு அவர்பால் பக்தியும் சிரத்தையும் குறைந்ததே இல்லை. அவருடைய அன்பின் ஸ்பர்சத்தை ஒரு நாளாவது நான் இழந்தது கிடையாது. மனஸ்தாபம் ஏற்பட்டாலும் முடிவில் ஸுபாஷ் தம் நிழலையே வந்தடைவானென்ற நம்பிக்கை அவருக்கு உண்டு. எங்களுக்கு ஏற்பட்ட சச்சரவுகளெல்லாம் அன்னை வாஸந்தி தேவியின் மத்தியஸ்தத்தினால் முடிவடையும். ஆனால் ஐயோ! நம் கோபத்தைக் காட்டிக்கொள்ள ஓரிடம் இருந்தது; அதுவும் நமக்கு இனிமேல் கிடைக்காது.

வேறோர் இடத்தில், ''துணை இல்லை, கையில் சல்லிக் காசுகூட இல்லை. அற்பர்கள், வாய்க்கு வந்தபடி பிதற்றினர். என்னே தேசபந்துவுக்கு ஏற்பட்ட நிலை!'' என்று எழுதியிருக்கிறீர்கள். அந்த நிகழ்ச்சி இன்னும் என் மனத்தில் தெளிவாகப் பதிந்து இருக்கிறது. கயா காங்கிரஸிற்குப் போய் விட்டுத் திரும்புகையில், பத்திரிகைகள் பொய்யும் புளுகுமான பலவிதச் சரடுகள் திரிந்ததைப் பார்த்திருக்கிறேன். அவர் சார்பாகப் பேச வராமல் இருக்கும்போது, நான் என்ன சொல்ல விரும்புகிறேன் என்பதைக்கூடக் கவனியாமல் பத்திரிகைகள் எனக்கு இடம் அளிக்க மறுத்துவிட்டன. அந்தச் சமயம் ஸ்வராஜ்ய நிதி சூன்யமாயிருந்தது. எப்போது பணம் தேவையோ அப்போது அது கிடைக்கவில்லை. முதலில் ஜனங்கள் வருவதனால் இடம் கொள்ளாதிருந்த அவர் வீட்டில் பின்னர் ஸ்நேகிதனாகட்டும், விரோதியாகட்டும், யாருமே கால் எடுத்து வைக்கவில்லை. அப்புறம், நாங்கள் சிலபேர் மட்டுமே அங்கே கூடுவோம். மீண்டும் வீட்டின் கௌரவ தசை திரும்பிவந்ததும், வெளி மனிதர்களும் பதவி மோகம் பிடித்தவர்களும் வந்து குழுமினர். அப்போது நாங்கள் செய்யும் வேலைகளைப்பற்றி அவரிடம் சொல்லச் சற்றும் எங்களுக்கு ஒழிவு ஏற்படாது. எவ்வளவு சிரமப்பட்டு, உடல் நுறுங்க உழைத்துப் பணம் சேகரித்தோம்! சொந்தமாகவே ஒரு பத்திரிகையை நடத்திப் பொது ஜனங்கள் கொண்டுள்ள தவறான அபிப்ராயங்களைத்

திருத்திச் சரியான வழிக்குத் திருப்பியதை வெளியார் எவ்வாறு அறிவார்கள்? அவர்களுக்கு நாங்கள் பட்ட கஷ்டங்கள் ஒரு நாளும் தெரியா. இந்த மஹாயக்ஞத்திற்கு எவர் ஹோதாவும் ரித்விக்கும் புரோஹிதருமாக முன்னால் இருந்தாரோ, வேள்வி இனிது முடியுமுன்பே அவர் மறைந்துவிட்டார்! உள்ளத்தில் மூண்ட தீ, வெளியில் ஏற்பட்ட வேலையின் தொல்லை இவ்விரண்டோடும் மல்லுக்கொடுக்க முடியாமல் அவருடைய மண்ணுடல் மாய்ந்தது.

தேசமாதாவின் சரணங்களில் தமக்குள்ள யாவற்றையும் காணிக்கையாக வைப்பதே அவர் பூண்ட தேசத் தொண் டென்னும் நோன்பின் நோக்கம் என்று ஏனையோர் நினைத்திருக் கலாம். இதைவிட மஹத்தான உத்தேசமே அவர் கொண்டிருந்தா ரென்பது எனக்குத் தெரியும். தம் குடும்பத்தினரையும் தாய் நாட்டின் ஸேவையில் ஈடுபடச் செய்ய விரும்பினார். 1921இல் அரசாங்கத்தார் எல்லோரையும் சிறையில் பிடித்துத் தள்ளும் சமயம், தம்முடைய குடும்பத்தைச் சேர்ந்தவர்களை ஒருவர்பின் ஒருவராகச் சிறைக்கு அனுப்பிவிட்டுத் தாமும் புகத்திட ஸங்கல்பம் கொண்டிருந்தார். தம் பிள்ளையைச் சிறைக்கு அனுப்பாமல் பிறருடைய மகனை அனுப்பக்கூடாதென்ற கொள்கையை உடையவர். அவருக்குச் சீசக்கிரத்திலேயே காராக்ருஹவாசம் ஏற்படும் என்று எங்களுக்கெல்லாம் தெரியும். அவர் சிறை புக இருக்கையில் அவருடைய மகன் போக வேண்டிய பிரயோஜனமே இல்லை. ஓர் ஆடவன் வெளியே இருக்கும்வரை எந்த ஸ்திரீயையும் சிறையினுள் புகவிடோம் என்று நாங்கள் தடுத்துக் கூறினோம். இந்த விஷயமாக அவருக்கும் எங்களுக்கும் வாதம் மூண்டது. நாங்கள் அவருடைய பேச்சைச் சற்றும் கேட்பதாயில்லை. அவர், ''இது நான் இடும் கட்டளை. நீங்கள் அடங்கித்தான் நடக்க வேண்டும்'' என்றபோது நாங்கள் மறுதலிக்க முடியுமா? அவருடைய ஆதேசத்தைச் சிரமேற் கொண்டோம்.

அவருடைய மூத்தபெண் விவாகமானவள். அவள் மீது அவருக்கு யாதோர் அதிகாரமும் கிடையாது. அதனால் அவளைச் சிறைக்கு அனுப்பமுடியது. இளையபெண், ஒருவருக்கு வாக்குத் தத்தம் செய்யப்பட்டிருந்தாள். அவளை அனுப்புவதும் உசித மன்று. இதற்காகப் பயங்கரமான தர்க்கங்கூட நடந்தது.

சிறைவாழ்வை மேற்கொள்ள வேண்டுமென்பது சிறியவளின் இஷ்டம். ஆனால் மற்றவர்களுடைய அபிப்பிராயம் பேதப் பட்டது. மேலும் அவளுக்கு உடல் அஸௌக்கியம். விவாகம் சீக்கிரத்தில் நடக்க இருந்தது. இந்த ஸந்தர்ப்பத்தில் தேசபந்து, லோகத்தில் உள்ளவர்களைப் போலவே அடங்கிப் போக வேண்டியதாய் இருந்தது. கடைசியில் இந்த ஸித்தாந்தத்திற்கு வரவேண்டியதாயிற்று. முதலில் 'பொம்பல்' போகவேண்டு மென்றும், அதற்குப் பிறகு வாஸந்தி தேவி, ஊர்மிலா தேவி இவர்களிருவரும் செல்லவேண்டுமென்றும், கூப்பாடு வந்தபின் தாம் போக ஆயத்தமாக இருப்பதாகவும் சொன்னார்.

வெளி நிகழ்ச்சிகளை எல்லோரும் எளிதில் அறிந்து கொள்வர். ஆனால் பிறர் கண்களுக்கு எட்டாமல் நடக்கும் இந்த விஷயத்தை யாரே அறிவார்? தம் வரைக்கும் அவர் செய்த ஸாதனைகள் எண்ணற்றவை. தம் பரிவாரத்தையும் அந்த மகா தியாகத்தில் பிணைக்க வேண்டுமென்பதே அவருடைய கருத்து.

மஹாபுருஷர்களின் மஹத்துவம் பெரிய நிகழ்ச்சிகளை விடச் சிறிய விஷயங்கள் மூலமாகத்தான் நன்றாக வெளிப் படுகிறது. 'வஸுமதி'யின் ஆடி, ஆவணி இதழ்களில், தேசபந்து வுடன் உழைத்து அவரைப் பின்பற்றிய சிலருடைய கட்டுரை களைப் படித்தேன். அவை பெரும்பாலும் உணர்ச்சியே இராமல், மேலுக்கு ஒழுங்காகவும், சொன்னவற்றையே வேறு பதக் கோவையால் மீண்டும் சொல்வனவாகவும் இருந்தன. நீங்கள் ஒருவரே சிறிய சிறிய உதாரணங்களை எடுத்துக்காட்டித் தேசபந்துவின் உண்மையான ரூபத்தை வர்ணித்திருக்கிறீர்கள். அதை நான் படித்து மகிழ்வெய்தியது இவ்வளவு அவ்வளவன்று. தேசபந்துவுடன் உழைத்தவர்களிடமிருந்து நான் எவ்வளவோ எதிர்பார்த்தேன். அவர்கள் எல்லோரும் எழுதாமலே இருந்தால் நன்றாயிருக்கும். தேசபந்துவின் அகால மரணத்திற்கு, அவரைப் பின்பற்றியவர்கள் சிறியதளவு உத்தரவாதமென்று நான் நினைக் காமல் இருக்க முடியவில்லை. அவர்கள் மட்டும் அவருடைய காரியங்களைப் பங்கிட்டுக்கொண்டு செய்திருந்தால் எவ்வளவோ பாரமும் சிரமமும் அவருக்குக் குறைந்துபோயிருக்கும். இவ்வளவு தொல்லைகளுக்கிடையே அவர் உழன்று தம் ஆயுளை முடிக்க நேர்ந்திராது. ஆனால் நம்முடைய வழக்கந்தான் தெரியுமே. ஒரு தலைவர் அகப்பட்டுவிட்டால், அவர் தலையிலேயே எல்லாச்

சுமைகளையும் போடுவதோடு, அவரைப் பலவழிகளில் உறிஞ்சியும் சாக அடிக்கிறோம். இவ்வளவு பாரத்தை வகிப்பது ஒரு மனுஷ்யனால் ஆகாத காரியமே! எல்லோருடைய விருப்பப்படியும் நடந்துகொள்வது ஒருவராலும் இயலாததாகும். அரசியல் சம்பந்தமான சிக்கல்களைத் தலைவருக்கே தள்ளி விட்டு, நாம் ஹாய்யாக உட்கார்ந்திருக்க ஆசைப்படுகிறோம்.

இது போகட்டும். (எங்கேயோ ஆரம்பித்து எங்கேயோ வந்து விட்டேன். என்னுடைய வேண்டுகோள், ஏன் என்னுடையது மாத்திரமா? எல்லோருடைய வேண்டுகோளுந்தான் - இந்த நினைவுகளைப் போலவே இன்னும் அநேக கட்டுரைகள் நீங்கள் எழுத வேண்டுமென்பதே. உங்களிடமிருக்கும் இலக்கிய நிதி வறண்டு போகக்கூடியதல்ல. தேசபந்துவைப் பற்றித் தாங்கள் எழுத இருக்கும் மற்றக் கட்டுரைகளுக்கு விஷயங்களும் ஏராளமாகச் சுரக்குமென்பதில் சந்தேகமே இல்லை. நீங்கள் எழுதும் ஒவ்வொரு மணியான விஷயங்களை, வெகுதூரத்தி லிருக்கும் இந்த மாந்தாலய்ச் சிறையில், சில வங்க யுவகர்கள், ஆக்ரஹத்துடன் படித்து இன்புறுவார்கள் என்று சொல்லவும் வேண்டுமா?)

வெகுநாட்கள் இவ்விடத்தில் இருக்கமாட்டேனென்று எனக்குத் தோன்றுகிறது. ஆனாலும் நான் விடுதலை அடை வதற்கான ஹேஷ்யம் ஒன்றும் இப்போது காணவில்லை. நான் வெளிவந்தால் மயானத்தின் சூன்ய மல்லவோ என்னைச் சூழ்ந்து நிற்கும்? இதை எண்ணும்போதே என் ஹ்ருதயம் சுருங்கி விடுகிறது. ஸுகமோ, துக்கமோ, இங்கே என்னுடைய வாழ் நாள் ஒருவிதமான கற்பனையிலும் கனவிலும் கழிந்துவிடுகிறது. இந்தச் சிறைவாசம் எனக்குப் பிடித்திருக்கிறதென்று நான் எப்படிச் சொல்லுவேன்? நான் எவரை நேசித்தேனோ, அவரிடம் கொண்ட அந்தரங்கமான அன்பின் விளைவாக நான் இங்கு இருக்கிறேன். இந்தச் சிறையில் எரிச்சல் ஏற்படும்போது அவருடைய அழியா அன்பைப் பெற்றோம் என்ற ஆறுதலே என்னை உயிர்வைத்துக் கொள்ளத் தூண்டுகிறது. வெஞ்சிறை என் இதயத்தை வாட்டினாலும், இந்த நினைவே எனக்கு ஸுகத்தையும் சாந்தியையும் ஈந்திருக்கிறது. வெளி எங்கும் சூன்யமும் நிராசையுமே உலவுகின்றன. வெளி உலகின் பொறுப்பை எடுத்துப் போட்டுக்கொள்ள என் மனம் இடம்

கொடுக்கவில்லை. வங்க பூமியின்மீது நான் இவ்வளவு ஆசை கொண்டிருப்பது இங்கே வந்திராவிட்டால் தெரிந்திருக்குமா? ரவி பாபுவும் தாம் சிறையில் அடைபட்டிருப்பதாகப் பாவித்துக் கொண்டு பின்வரும் வரியை எழுதியிருக்கிறார்; எனது தற்போதைய மனோநிலையை அது காட்டுகிறது.

> 'ஸோனார் பாங்கலா! ஆமி தோமாய் பாலொபாஸி.
> சிரதின தோமார் ஆகாச, தோமார் வாதாஸ
> ஆமார் ப்ராணே பாஜாய் வாம்சீ'[2]

க்ஷணநேரம் வங்காளத்தின் விசித்திர ரூபம் என் மனக்கண்முன் மிதந்துவரும். இந்த ஓர் அனுபவத்திற்காகவே நான் கஷ்டப் பட்டாலும் இந்த மாந்தாலய்ச் சிறையிலேயே இருப்பேன். வங்கநாட்டின் மண்ணிலும் நீரிலும் அதன் வானிலும் வளியிலும் இவ்வளவு மாதுர்யம் நிரம்பியிருக்குமென்று இதற்குமுன் யாருக்குத் தெரியும்?

எதற்காக இந்தக் கடிதத்தை எழுதினேன் என்று தெரிய வில்லை. உங்களுக்குக் கடிதம் எழுதவேண்டுமென்று முதலில் என் மனத்தில் படவில்லை. ஆனால் உங்களுடைய கட்டுரையைப் படித்ததும் என் உள்ளத்தில் செல்லும் சில உணர்ச்சிகளை இங்கே கிறுக்காமல் இருக்க முடியவில்லை. எழுதிவிட்டேன்; அதை அனுப்பிவைப்பதே நல்லது. எங்கள் அனைவருடைய நமஸ்காரங் களையும் ஏற்றுக்கொள்ள வேண்டும். இந்தக் கடிதத்திற்கு இஷ்டமிருந்தால் பதில் போடுங்கள். ஆனால் இதற்குப் பதில் எழுதியாக வேண்டுமென்று தங்களை வற்புறுத்த எங்களால் எப்படி முடியும்? ஒருகால் எழுதுவீர்கள் என்ற நம்பிக்கையால் விலாசம் கொடுத்திருக்கிறேன்.

c/o D.I.G., I.B.,C.I.D.

13, Elysium Row, Calcutta.

ஸ்ரீ சரத் சந்த்ர சட்டோபாத்யாயருக்கு எழுதியது

---

2. பொன்னாடே! என் வங்காளமே! உன்மேல் ஆசைகொண்டேன். என்றும், உன் வானும் உன் காற்றும் என் வாழ்வில் இன்குழல்போல் இசைக்கும்.

2

ஸாதாரண ஜனங்கள் தெரிந்துகொள்ளவேண்டி, ஸ்வர்க்க வாஸியான சித்தரஞ்ஜனரைப்பற்றிச் சில விஷயங்கள் எழுத எனக்கு இன்னும் தைர்யம் பிறக்கவில்லை. அது என்று வருமோ அறியேன். அவருடன் இழைந்து பழகும் பாக்கியம் பெற்றிருந்தேன். ஆந்தரிகமானவர்களைத் தவிர்த்து வேறெவர்க்கும் அவரைப் பற்றிய விஷயங்களை வெளியிடத் துணியேன். எத்தகைய மஹிமை வாய்ந்தவர் அவர்; நான் எவ்வளவு சிறியவன்! அவருடைய மேதை பன்முகம் படைத்தது. அவருடைய ஹ்ருதயமோ விசால மானது. அவருடைய குணங்களோ உயரியவை. இன்னும் அவற்றைப் பூர்ணமாக அறிந்துகொள்ளச் சக்தியற்றவனா யிருக்கிறேன். இந்நிலையில் குறுகிய உள்ளமும், க்ஷீணமான சிந்தனாசக்தியும் சொல் வறுமையும் உடைய நான், காலையில் ஸ்மரிக்கத் தகுந்தவரான அப்பெரியாரைப்பற்றி ஏதாவது எழுதுவது அதிகப்ரஸங்கித்தனமே யாகும். எனக்குத் திறமையும் இஷ்டமும் இராது போனாலும், நண்பர்களுடைய தூண்டு தலுக்கு இசைந்தே இதைச் செய்ய வேண்டியதாயிருக்கிறது.

என்னுடைய ஆப்த நண்பர் ஹேமேந்த்ர பாபுவின் தனி வேண்டுகோளே இதற்குக் காரணம். தேசபந்துவுடன் நெருங்கிப் பழகியதால் எனக்கு அவரைப்பற்றி என்ன என்ன தெரியுமோ அவற்றையும், அவர் செய்துள்ள புண்ணிய கிருத்யங்களின் மர்மத்தையும் நான் ஆராய்ந்தவற்றை வெளியிடுவதென்றால் இச்சிறு கட்டுரை ஒரு பெரிய கிரந்தமாகிவிடும்; அவற்றை யெல்லாம் எழுத எனக்கு இப்போது யோக்கியதையும் இல்லை. நண்பர் ஒருவருடைய ஆசையைப் பூர்த்தி செய்வதற்காகவே இந்தப் பிரயாஸையை எடுத்துப் போட்டுக்கொண்டேன்.

அநேகவிதமான அனுபவங்கள் நிறைந்த தேசபந்துவின் விசித்திரமான சரித்திரம் எனக்கு முற்றும் தெரியாது. அவருடைய ஜீவியத்தில் காணப்படும், அவர் வாழ்க்கையின் வரலாறுகள் பல எனக்குத் தெரியாதவை. மூன்று வருஷகாலமே நான் அவருடன் பழகினேன். அவருடைய அனுசரனாகத் தேசத் தொண்டில் ஈடு பட்டிருந்தேன். அந்தச் சமயம் அவரிடமிருந்து நான் எவ்வளவோ

விஷயங்களைக் கற்றுக் கொண்டிருக்கலாம். ஆனால் கண் இருக்கும்போது அதன் முக்கியத்தை நாம் உணர்கிறோமா? இன்னும் பல நாட்கள் உயிருடன் இருப்பாரென்று எண்ணி ஏமாந்தேன். அவருடைய காரியங்கள் இனிது நிறைவேறுவதற்கு முன் பூத உடலை நீத்தார். இப்படி நடக்குமென்று நான் எதிர்பார்க்கவே இல்லை. ஜோதிடத்தில் தேசபந்து மிகவும் நம்பிக்கை கொண்டிருந்தார். நானோ அதை நம்பாதவன். அவரிடமிருந்து இப்பைத்தியம் என்னிடம் தொத்திக் கொள்ள வில்லை. ஜாதகப் பிரகாரம் தமக்கு, கடலுக்கு அப்பா லுள்ள ஓர் இடத்தில் சிறைவாஸம் ஏற்படப் போகிறதென்றும், கௌவரத் துடனேயே தம்மை அரசாங்கத்தார் விடுவிப்பார்களென்றும் அவர் சொல்லுவார். கடலைத் தாண்டி அந்தச் சிறைக்கு நானும் வரச் சித்தமென்று அப்போது அவரிடம் கூறினேன். இப்போது என் ஜாதகத்தில் அந்தத் தசை ஏற்பட்டுள்ளது! நான் மாந்தாலய்க்கு வந்த புதிதில் எனக்கு அவருடைய ஜாதகத்தின் கவனமே வந்து கொண்டிருக்கும். 'இவரும் வந்து விட்டால் வங்காளத்தைக் கவனிக்க யார் இருக்கிறார்கள்? பெருங்கேடு அல்லவோ விளையும்! அதனால் இந்தியாவிற்கும் எவ்வளவு கஷ்ட மேற்படும்' என்ற திகிலே எனக்கு.

தேசபந்துவைக் கடைசி முறையாக நான் ஆலிபுரத்து ஸென்ட்ரல் ஜெயிலில் பார்த்தேன். உடம்பைத் தேற்றிக் கொள் வதன் நிமித்தமாகவும், ஓய்வு எடுத்துக்கொள்ளும் பொருட்டும் அவர் அச்சமயம் ஸிம்லாவிற்குச் சென்றிருந்தார். என்னை ஸர்க்கார் பிடித்து வைத்திருக்கும் செய்தியைக் கேள்விப்பட்டாரோ இல்லையோ தக்ஷணமே கல்கத்தாவிற்கு ஓடிவந்தார். பஹரம் புரத்துச் சிறைக்கு மாற்றப்படுவதற்கு முன்னேதான் அவரை நான் கடைசித் தடவையாகச் சந்தித்தேன். அவருடைய பாத துளியை என் சிரஸில் வைத்து, ''உங்களை மீண்டும் எப்போது காண்பேனோ?'' என்று நான் சொல்லும்போது தமக்கு இயல்பான முகமலர்ச்சியுடன் என்னை உத்ஸாஹப்படுத்த அவர், ''ஸூபாஷ்! உன்னை விரைவில் விடுவிக்க வேண்டிய முயற்சியைச் செய்வேன்'' என்று மொழிந்தது இப்பொழுது நிகழ்வது போலவே இருக்கிறது. எனக்குச் சங்கை ஏற்பட்டது போலவே நடந்துவிட்டதே! அந்தோ! அவர் இவ்வளவு சீக்கிரமாக மறைந்து விடுவாரென்று யாருக்கும் தெரியவில்லையே! அன்று அவரைச்

சந்தித்தபோது நிகழ்ந்தவை யாவும், அவர் புகன்ற பொன்மொழி ஒவ்வொன்றும் இன்றளவும் என் மனத் திரையில் அழியாமல் இருக்கின்றன. அந்தக் கடைசிச் சந்திப்பின் ஞாபகமே நான் பிராணனை வைத்துக்கொள்ள ஆதார மாயிருக்கிறது.

பொதுஜனங்களின் உள்ளத்தைக் கவரும்படியான அதிசய சக்தி அவருக்கு எங்ஙனம் வாய்த்ததென்ற கேள்விக்கு ஸமாதானம் தேடினர் பலர். அவருடைய சிஷ்யன் என்ற உரிமையில் அவருக் கிருந்த அந்த அதிசய சக்திக்குக் காரணம் கூறுகிறேன்: மனிதனை, அவனுடைய குற்றங் குறைகளைக் களைந்து நேசப் பான்மையுடன் நோக்குபவர் அவர். இந்த அன்பு ஊற்று அவருடைய ஹ்ருதயத்திலிருந்தே பெருகி வந்தது. நாம் எவரை வெறுப்புடன் தள்ளிவிடுகிறோமோ அவர்களையே அவர் மார்புறத் தழுவுவார். பல ரகமானவர்கள் அவருடைய விசால ஹ்ருதயத்தினால் ஆகர்ஷிக்கப்பட்டனர். அவரது வாழ்வின் ஒவ்வோர் அம்சத்திலும் இந்தப் பிரபாவமே ஒளிர்ந்தது. பெருஞ் சுழலாக இருக்கும் சமூகத்தையும் வசமாக்கக் கூடியவர். இதற்காக அவர் தியாகம் செய்தது இவ்வளவு அவ்வளவன்று. அவருடைய வித்தையைக் கண்டு தலைவணங்காதவரும், அவருடைய அஸாதாரணமான நாவன்மைக்கு வசியமாகாத வரும், அவரது ஒப்பற்ற தியாகத்தைப் பார்த்து மெச்சாதவரும், அவருடைய விசாலமான ஹ்ருதயத்தின் ஸ்பர்சத்தினால் அல்லவோ இழுக்கப்பட்டனர்!

தம்முடன் சேர்ந்து உழைத்தவர்களைத் தம் குடும்பத் தினராகவே கருதினார். யாருக்குத்தான் அவர் நன்மை செய்ய வில்லை? ‘உயிரைக் கொடுத்தால் அல்லவோ உயிர் பெற முடியும்?’ இந்த வார்த்தை மெய்யானதே. தேசபந்துவின் வாழ்க்கை இதற்கு நேரான பிரமாணம். அவருடைய சிஷ்யர் களும், உடனிருந்து வேலை செய்தவர்களும், அவருடைய கட்டளையின்பேரில் அரிய தொண்டாற்றி இருக்கிறார்கள். இன்னலோ இடுக்கணோ அவர்களை என்ன செய்யும்? உயிரை விடவேண்டிய நிலைமை ஏற்படாவிட்டாலும் தேசபந்துவைப் பின்பற்றித் தேசப் பணியில் முனைந்தவர்கள் எல்லாவிதமான கஷ்ட நிஷ்டூரங்களையும் பொறுத்துக்கொண்டு ஆனந்தமாகவே காலங் கழித்தனர்.

தம்முடைய 'சைனிய'த்தை முற்றும் நம்பியே சித்தரஞ்ஜன் இந்த அஹிம்ஸைப் போரில் புகுந்தார். தேசபந்துவின் கடைசி மூச்சுப் போகும்வரை, அவர் படைத்த இந்த ஸாத்விக வீரர்கள் எதற்கும் அஞ்சாமல் சிதைவுபடாமல், அவருடைய ஆதேசத்தைப் பரிபாலித்து, ஒழுங்காக நின்றனர். இதை நான் பெருமையுடன் சொல்லிக் கொள்வேன்.

ஆனால் ஒரு வருந்தத்தக்க விஷயம். தேசபந்து உண்டாக்கிய நேர்மையும் வீரமும் செறிந்த கூட்டத்தாரைப் பார்த்து, ஜனங் களுடைய பிரதிநிதிகள் என்று சொல்லிக் கொண்டு திரியும் சில போலிகள், தங்களுக்கு இந்த மாதிரியான உண்மை அனுசரர்கள் இல்லையே என்று பொறாமைப்பட்டனர். மதிப்பை அறிந்து விலையைத் தரத் தேசபந்து ஒருவரால் மட்டுமே இயலும். உண்மைத் தொண்டு செய்பவனிடத்தில் அன்பு காட்டா விட்டால், அவனுடைய பிராண ஸ்பர்சம் எப்படிக் கிடைக்கும்? ஸம்ஸாரத்தில் உழலும் ஸாதாரண ஜீவன்களைப் போல் தன்னலத்தையே கவனிப்பவர் அல்ல தேசபந்து. அவருடைய வீடு எல்லோருக்கும் ஸ்வாதீனமான இடமாயிருந்தது. படுக்கை யறையில்கூடப் போய்வர எல்லோரும் அனுமதிக்கப்பட்டிருந் தனர். அவருடைய உள்ளத்தின் உயர்ந்த நிதியைப் பங்கிட்டுக் கொள்ள எவருக்கும் பாத்தியதை இருந்தது போலவே, அவருடைய இல்லத்தின் சௌகர்யங்களையும் யாவரும் சமமாக அனுப விக்கும் உரிமை பெற்றிருந்தனர். தம்முடைய அனுசரர் களை அவர் நேசிப்பது மட்டும் அல்லாமல் அவர்களுடைய திரஸ் காரங்களையும் ஸஹித்துக்கொள்ளும் தன்மை உடையவர். ஒரு சமயம் அவருடைய நெருங்கிய உறவினர் ஒருவர், அவருடன் உழைக்கும் ஒருவனுடைய தவறுகளைச் சுட்டிக் காட்டி, "I hate him" *(நான் அவனை வெறுக்கிறேன்)* என்ற போது, அவர் உளம் வருந்தி, ''அவனை வெறுக்க என்னால் முடியாததைப் பற்றிச் சங்கடப்படுகிறேன்'' என்றார். தம்முடைய தொண்டர்களுக்காக அவர் வெளியாரைக்கூடச் சிற்சில சமயம் பகைத்துக்கொள்ள நேரிட்டது. இதை நான் பல தடவைநேரில் பார்த்திருக்கிறேன். தமது அனுசரர்களுக்காகப் பரிந்துகொள்ளும் போது அவர் பட்ட ஸங்கடங்கள்தாம் எத்தனை?

உள்ளே நடப்பது வெளியில் இருப்பவர்களுக்கு எப்படித் தெரியும்? எல்லோரையும் ஒற்றுமைப்படுத்தும் அவருடைய

சக்தியைப் பார்த்தால் பிரமித்துப் போவார்கள். அரசியல் துறையில் அவர் காட்டிய வழி யாவும் முற்றும் நூதனமானவை யன்றோ! அவருடைய கூட்டத்தார் எதற்கும் சளையாமல் இருப்பதன் மூலகாரணம் தலைவனுக்கும், தொண்டர்களுக்கும் மத்தியில் உள்ள மன ஒற்றுமைதான். குற்றங் குறைகளை மறந்து விட்டு அன்பைத் தரும் பெருந்தகைமையாலும், அஸாதாரணமான நுண்ணறிவாலும், அவர் வெவ்வேறு கொள்கையுடையவர் களைக்கூட ஒன்றுபடுத்தக்கூடியவர் அவருடன் வெளிப் படையாகக் கலக்காதவர்களும், அவருடைய கொள்கைகளைப் பூணாதவர் களும் மறையில் அவருக்குத் துணையாகவும் பக்கபலமாகவும் நின்று உழைத்தனர். இது எதனால்?

தேசபந்து தம்முடைய அனுசரர்களுக்குப் பயந்து அடங்கி நடப்பவரென்று ஓர் அபவாதம் உண்டு. உடன் இருந்து அவரைக் கவனித்தவர்கள் நான் சொல்வதை ஒப்புக் கொள்ளாமல் இருக்க மாட்டார்கள். ஒரு விஷயத்தை ஆலோசிக்கும்போதும், ஒரு வனுக்குப் புத்திமதி கூறும்போதும், அவர் தைர்யமாகவும் மறைக்காமலும் ஸங்கோசம் இராமலும் நடந்துகொள்பவர். ஜனங்களுடைய தலைவர்களென்று பெருமை அடித்துக் கொள்ளும் சிலர் இதை அறிவார்களா? ஒரு பிரச்னையைப் பற்றி ஆலோசிக்கும்போது ஸஹஜமாகவே தலைவருக்கும் அனுசரர் களுக்கும் கொள்கையில் சில பேதங்கள் ஏற்பட்டே தீரும். சிற்சில சமயம் அவர்கள்மீது எரிந்து விழுவார். ஆனால் ஸ்பஷ்டமாகப் பேசுபவனிடத்தில் ஒருபோதும் அவர் அஸூயை கொண்டதே இல்லை.

அதிகமாக எதிர்த்துப் போராடுபவனுடைய பேச்சை அவர் எடுத்துக்கொள்வது வழக்கமென்று சிலர் எண்ணுகிறார்கள். இது உண்மையே. ஏனென்றால் கொள்கையில் வேறுபாடு இருந் தாலும் அவரது வழியில் சென்றவர்கள் ஒருநாளும் அஸங்கிய மாகவோ, தங்களுடைய தலைவனை விட்டுக்கொடுத்து எதிர்க் கக்ஷியுடன் கலந்து கொண்டோ இருந்ததில்லை. தேசபந்து ஸ்ருஷ்டித்த இந்தக் கூட்டத்தின் முக்கியமான நியமங்கள் ஒற்றுமையும் நேர்மையுமே. கொள்கையில் ஒற்றுமை இராது போனால், 'வோட்' எடுத்து அவர்கள் அதன் முடிவுப் பிரகாரம் தங்களுடைய காரியங்களை ஒழுங்காக நடத்தி வந்தனர். ஒரு ஸங்கத்தின் கட்டுத் திட்டங்களுக்குப் பணிந்துபோவது பாரத

நாட்டினருக்குப் புதிதன்று. 2500 ஆண்டுகளுக்கு முன் புத்த பகவான் பாரதவாஸிகளுக்கு இந்தப் போதனை செய்தருளினார். பாரெங்கும் பௌத்தர்கள் பிரார்த்தனையின் போது இன்றும்,

'புத்தம் சரணம் கச்சாமி
தர்மம் சரணம் கச்சாமி
ஸங்கம் சரணம் கச்சாமி'³

என்று உச்சரிக்கிறார்கள். சமயப் பிரசாரத்திலாகட்டும், ஸ்வதேச ஸேவையிலாகட்டும், ஒரு சங்கத்தின் சட்ட திட்டங்களுக்கு அடங்கிப் போவதான தன்மை இராது போனால், செய்த காரியம் யாவும் விழலுக்கிறைத்த நீர்போல் ஆகும்.

அரசியல் சூழலில் அகப்பட்டுக்கொண்டதனால் தேசபந்து சரி ஸமானமிராதவர்களுடன் பழகும்படி நேர்ந்ததென்பது சிலருடைய புகார். 1921ஆம் வருஷம் தொட்டு உள்ள நாள் வரை, அவருடன் கலந்து உழைத்தவர்களைக் கீழ்த்தரமானவர்களென்று அவர் இழிவாகக் கருதியதில்லை. எனக்குத் தெரிந்தவரை, சொல்லின் மூலமாகவாவது பாவனையாலாவது, அவர் அவ்விதம் நடந்து கொண்டது கிடையாது. ஒரு வேளை கல்விமானா கையால், தமக்கு இயல்பான வினயத்தினால், மனத்திலுள்ளதை மறைத்துக் கொண்டிருந்தாரோ என்னவோ? ஆனால் ஒன்று மட்டும் என் கவனத்தில் இருக்கிறது. அவர் சிறை மீண்ட சில நாட்களுக்கெல்லாம் கல்கத்தாவிலுள்ள மானவர்கள் அனைவரும் அவரை வரவேற்றுக் கௌரவிக்க ஒன்று கூடினர். வரவேற்புப் பத்திரத்தில் தேச பந்துவின் குணாதிசயங்களைப்பற்றிய ஸ்துதி இருந்தது. தேசத்திற்காக அவர் செய்திருக்கும் தியாகங்களும் அதில் குறிப்பிடப்பட்டிருந்தன. இளைஞர்கள் தங்களுடைய பக்தியையும் ஆர்வத்தையும் அவருக்கு அர்க்கியமாக வழங்கினர். அவற்றை ஏற்றுக்கொண்ட தேசபந்துவின் உள்ளம் பூரித்து எழுந்தது. அவர் நிரந்தரம் புதுமையானவர். மனம் வரைக்கும் என்றும் இளமை வாய்ந்தவர். அதனால் இந்த யுவகர்களின் உள்ளன்பு அவருடைய அந்தரங்கத்தைத் தொட்டது. அவர் களுடைய வரவேற்புக்குப் பதில் தர எழுந்திருக்கையில் அவருடைய உள்ளத்தில் பிரீதியின் பிரவாகம் சென்றது. தாம்

---

1. புத்தனே அடைக்கலம். அறமே அடைக்கலம். சங்கமே அடைக்கலம்.

செய்திருக்கும் தியாகங்களையும் அரிய பணிகளையும் துச்சமாகக் கருதிவிட்டு, வங்க இளைஞரின் ஒப்பற்ற தியாகத்தைப் பற்றிப் பேச வாயெடுத்தார். வார்த்தை ஓடவில்லை. பொங்கி வரும் உணர்ச்சி வெள்ளம் அவர் நெஞ்சை அடைத்தது. பேச்சற்று, செயலற்று, மெய் சிலிர்க்க, தூய்மையான கண்மாரி தாரை தாரையாக அவர் கன்னங்களில் வழிந்தோடிற்று. இளைஞரின் வேந்தர் அழுதார். அது கண்டு இளைஞரும் விழிநீர் பெருக்கினர்.

எவர் பொருட்டு ஸம வேதனையும், எவரிடம் உண்மையான அன்பும் கொண்டிருந்தாரோ, அவர்களை எங்ஙனம் கீழ்த்தர மானவர்களென்று சொல்லிவிட முடியும்? தேசபந்து இட்ட வேலையை அவர்கள் செய்து வந்தனர். அவர்களிடம் வித்யா அஹங்காரமோ உயர் குலத்தில் வந்தோமென்ற செருக்கோ அணுவளவும் கிடையா. வினயமென்னும் பெருந்தன்மையை அவர்கள் என்றும் போக்காரென்று நம்புகிறேன்.

தேசபந்துவின் கடைசிக் கடிதம் பாட்னாவிலிருந்து எனக்கு வந்தது. அது ஒன்றே, தூரதேசமான பர்மாவில் இருக்கும் எனக்குச் சங்கநிதியாகவும் பதுமநிதியாகவும் இருக்கிறது. அவருடைய கடைசி ஞாபகச் சின்னமும் அதுவே. தம்முடைய அனுசரர்கள் ஸர்க்காரால் பிடிக்கப்பட்ட பிறகு அவர் மிக்க வேதனையுடன் நாட்களைக் கழித்தது அந்தக் கடிதத்தினின்று தெளிவாகத் தெரிகிறது. அவர் பட்ட வியாகுலத்தின் தீவிரம் அவருடைய பிராண ஸ்பர்சத்தைப் பெற்ற பாக்கியசாலிகளைத் தவிர்த்து வேறு எவருக்குத் தெரியும்?

1921, 1922ஆம் ஆண்டுகளுக்கிடையே எட்டு மாஸ காலம் தேசபந்துவுடன் காராக்ருஹ வாஸம் செய்யும் பாக்கியம் எனக்குக் கிட்டியது. அதில் இரண்டு மாஸங்கள் நாங்கள் இரு வரும் ஒரே 'ஸெல்'லில் (சிறிய அறை) பிரெஸிடென்ஸி ஜெயிலில் இருந்தோம். மிகுதியான ஆறு மாஸங்களைச் சில நண்பர்களுடன் ஆலிபுரத்துச் சிறையின் ஒரு பெரிய அறையில் கழித்தோம். அந்தச் சமயங்களிலும் அவருக்கு உபசரணை செய்யும் பொறுப்பு என்னுடையதாயிருந்தது. அவருக்கு ஒரு வேளை அன்னம் பொங்கிப் போடுவது எங்களில் சிலருடைய வேலை. கவர்ன்மெண்டாரின் கிருபையால் இந்த எட்டுமாஸ காலங்கள் அவருக்குத் தொண்டு செய்யக் கொடுத்துவைத்தேன்.

1921ஆம் ஆு டிஸெம்பரில் நான் கைது செய்யப்படு முன்பே மூன்று நான்கு மாதங்கள் அவருடைய ஆதீனத்தின்கீழ்ப் பணிகள் செய்து வந்தேன். அவரை முற்றும் உணர அந்த நாட்கள் போதவில்லை எனக்கு. சிறையில் கழித்த அந்த எட்டுமாஸங் களில் அவருடன் சேர்ந்து பழகும் ஸந்தர்ப்பமும் கிடைத்தது. அப்போதுதான் அவருடைய உண்மையான ஸ்வரூபத்தைக் கண்டேன். ஆங்கிலத்தில், "Familiarity breads contempt' (அதிகப் பழக்கம் அதிக வெறுப்புக்கிடம்) என்றொரு மூதுரை உண்டு. ஆனால் தேசபந்துவரைக்கும் அது பொய்யாயிற்று. நெருங்கிய ஸஹவாஸமே அவர்மீது நான் கொண்டிருந்த சிரத்தையை நூறு மடங்காக விருத்தி செய்தது. அப்போது என்னுடன் சிறை புகுந்தவர்கள் இதை ஆமோதித்தார்கள்.

தேசபந்து ரஸிகத்தன்மை வாய்ந்தவர். அவரிடம் ஹாஸ்யச் சுவையின் ஊற்று அடிக்கடி துள்ளி எழும். இதைப் பல தடவைகளில் நான் அவருடன் ஜெயில் வாஸம் நடத்தும்போது கண்டிருக்கிறேன். தம்மிடம் அடங்கியிருந்த இந்த நகைச்சுவை என்னும் பெரு நிதியிலிருந்து ஒவ்வொரு நாளும் புதிய புதிய ரஸமான விஷயங்களை வெளிப்படுத்தி எங்களையெல்லாம் மகிழ்விப்பார். பிரஸிடென்ஸி ஜெயிலில் எங்களைக் காவல்புரிய வாள் ஏந்திய ஒரு கூர்க்காவை வைத்திருந்தனர். தேசபந்து ஒரு நாள் காலையில் எழுந்து பார்க்கையில் அந்தப் பழைய கூர்க்காவுக்குப் பதிலாகத் தடியேந்திய ஹிந்துஸ்தானி பாராக் காரன் ஒருவன் நின்றிருந்தான். அவர் உடனே வேடிக்கையாக, ''ஸுபாஷ்! இதென்ன அதிசயம்? வந்துபார். கடைசியில் கத்திபோய் கழி வந்திருக்கிறது. நாம் என்ன அவ்வளவு சாதுக்களா?'' என்று சொன்னார். அதற்கப்புறம் அவனைக் குறித்து ஏளனமாகவோ தமாஷ் பண்ணவோ அவர் நினைத்ததே கிடையாது. அவருக்கிருந்த இந்த வேடிக்கை ஸ்வபாவம் எப்போதும் வரம்புமீறிச் சென்றதில்லை. அதற்குக் காரணம் ஏற்பட்டால் தான் இந்தக் குணம் மலையருவிபோல் சட்டெனத் தோன்றிப் பெருகி ஓடி நின்றுவிடும். இந்தக் குண விசேஷத்தை நான் முக்கியமாக எடுத்துக் காட்டுவதன் காரணம்: ஸஹஜமாகவே வங்காளிகளுக்கு, அதுவும் தற்காலத்து வங்காளிகளுக்கு ரஸஞானம் சற்றுக் குறைவென்று சொல்லப்படுகிறது. ஆனால் இதர பாரத ஜாதியாரோடு ஒப்பிட்டுப் பார்த்தால், வங்காளிகளிடத்திலேயே ரஸித்தன்மை அதிகமென்று நிச்சயமாகக் கூறலாம்.

இந்த இன்சுவையைக் கிரஹிக்கும் அறிவு ஒருவனுக்கு இருந்தால், வாழ்க்கையில் பிரதிகூலமாக வரும் கஷ்டங்களும் அதிர்ச்சிகளும் அவனைப் பாதிக்கா. எப்போதுமே தெம்பாக இருப்பான். சிறைவாசத்தால் வெறுப்பு ஏற்படும்போது, இதன் முக்கியம் எனக்கு நன்கு விளங்குகிறது. தேசபந்துவின் வேடிக் கையான பேச்சுக்களிலும், போக்கிலும் நாங்கள் எல்லோரும் கலந்துகொண்டோம். வயதின் தாரதம்யம் இருந்தும் அவராவது நாங்களாவது சற்றும் கூச்சம் கொண்ட தில்லை.

ஆங்கிலத்திலும் வங்க பாஷையிலும் சித்தரஞ்ஜனுக்கு ஆழ்ந்த பாண்டித்யம் உண்டு. அவர் ஆங்கிலக் கவிகளுள் சிறந்தவரான பிரௌனிங் என்பாரின் சிறந்த பக்தர். இக்கவிஞரின் காவியங்களில் அநேகம் தேசபந்துவுக்கு மனப்பாடம். சிறையி லிருக்கும்போதும் இந்தக் கவியினுடைய இலக்கியங்களிலேயே அவர் மூழ்கியிருப்பார். சித்தரஞ்ஜனரின் ஸம்பாஷணைகளும், ரஸமான பேச்சுக்களும் உயர்தர இலக்கிய விருந்துகளாகவே இருந்தன. உலக ஸம்பந்தமான சில விஷயங்களைக் கவனத்தில் வைத்துக்கொள்ள அவருக்குச் சக்தியிராமற்போனாலும், இலக்கிய ஸம்பந்தமான விஷயங்களில் அவருக்கு அஸாதாரண மான ஞாபக சக்தி உண்டு. எல்லோரும் எளிதில் புரிந்துகொள்ளக் கூடிய விதத்தில் இலக்கியத்தைப்பற்றிப் புகட்டும் ஆற்றல் அவரிடம் இருந்தது. இத்தகைய குணம் இலக்கிய சர்ச்சை செய்யும் பிறரிடம் காண்பது அரிது.

நெருங்கிய உறவினர் ஒருவருக்காகத் தேசபந்து ஒரு சமயம் முக்கால் வட்டி விகிதம் பத்தாயிரம் ரூபாய் கடன் வாங்கினார். நடுவில் அவரால் பணம் செலுத்த முடியாமற் போகவே, கடன் கொடுத்தவரின் அட்டர்னி பத்திரத்தைப் புதுப்பித்துக்கொள்ள அவரைப் பார்க்க வந்தார். அப்போது தேசபந்து ஆலிபுரத்து ஜெயிலில் இருந்தார். அவருடைய குமாரரான சிரரஞ்ஜனும் அங்கு இருந்தார். இந்தக் கடனைப்பற்றிக் குடும்பத்தவர் யாருக்குமே அதற்குமுன் தெரியாதென்று அவர் மூலமாக வெளிப்பட்டது. தம் உறவினருக்காகக் கடன்பட்டார். அவர் லக்ஷாதிகாரியாகவும் செல்வாக்கு உடையவராகவும் இருந்த சமயம் இந்தக் கடன் ஏற்பட்டது. தேசபந்து யாதோர் ஆக்ஷே பணையும் செய்யாமல் புதுப்பத்திரம் எழுதிக் கொடுத்துவிட்டுப்

பழைய கடனுக்கு உயிர் மூட்டினார். தம்முடைய மனைவி மக்களுக்குத் தெரியாமலே அவர் இம்மாதிரியான கடன்களை வாங்கி அநேகருக்கு உதவி புரிந்திருக்கிறார்.

தேசபந்துவை நித்தியம் ஒருதரமாவது தூஷிக்காமல் போனால் சாப்பிடுவதில்லை யென்ற விரதம் கொண்டவர்கள் சிலரை நான் பார்த்திருக்கிறேன். அவர்கள் கூடத் தங்களுக்குக் கேடு வரும்போது தேசபந்துவின் உதவியையே நாடுவார்கள். இந்த வர்க்கத்தைச் சேர்ந்த ஒருவர் ஒரு சமயம் இரண்டாயிரம் ரூபாய் அவசரமாகத் தமக்குக் கொடுத்தாக வேண்டுமென்று சித்தரஞ்ஜனரை அண்டினார். ''என் கையில் இருப்பதெல்லாம் 600 அல்லது 700 ரூபாய்க்குள்ளேதான். அவ்வளவு தொகைக்கு இப்போது நான் எங்கே போவது?'' என்று தேசபந்து சொல்லும் போது கூட உதவிபெற வந்தவர் ஒரே பிடிவாதமாக நிற்கவே, அவர் காலதாமதம் செய்யாமல் எப்படியோ இரண்டாயிரம் ரூபாய்களைச் சமாளித்து அவர் கையில் கொடுத்தார். இந்த ஸம்பவம் தேசபந்து சிறையினின்று வெளியேறிய பின்பு நடந்தது.

எட்டுமாஸ காலம் அவருடன் சிறையில் இருந்தேன். அந்தச் சமயத்தில் அவருடைய உள்ளத்தையும் உதாரணமான நோக்கங்களையும் அறிந்துகொள்ளும் சந்தர்ப்பம் எனக்குக் கிட்டியது. ஹீனமான மனப்போக்கு அவரிடம் தென்பட்டதை ஒரு நாளாவது நான் கண்டதே இல்லை. அரசியல் துறையில் அவருக்கு வேண்டிய சத்துருக்கள் இருந்தனர். அவர்களில் ஒருவரையாவது அவர் துச்சமாக எண்ணியது கிடையாது. அவர்களை ஸ்மரித்தது கூட இல்லை. அப்பேர்ப் பட்டவர்களுக்கும் உதவி புரியச் சற்றும் தயங்காதவர் தேசபந்து.

சிறையிலிருக்கையில் படிப்பதில் அவர் பொழுதைக் கழிப்பார். பாரத ஜாதியினர் ஸம்பந்தமாக ஒரு பெரிய புஸ்தகம் வரையும் எண்ணத்தினால் அவர், அரசியல், பொருளாதாரம் முதலிய விஷயங்கள் அடங்கிய புதிய நூல்களைத் தம்முடன் கொண்டுவந்திருந்தார். தகுந்த உபகரணங்களைக் கொண்டு அவர் புஸ்தகம் எழுத ஆரம்பித்துவிட்டார். ஆனால் ஒழிவில்லாத குறையாலும், ஸமயம் வாய்க்காததனாலும் சிறையில் தொடங்கிய இந்தப் பிரயத்தனம் பூர்த்தி அடையவில்லை. வெளியேறியதும்

தேசத்திற்குத் தொண்டுபுரியும் தொழிலில் இறங்க வேண்டிய தாயிருந்தது. இந்தக் காரணங்களினால் அவர் பாரத ஸமுதாயத்தைப் பற்றி எழுதவிருந்த ஒரு பெரிய நூல் அரைகுறையாகவே நின்றுவிட்டது. ராஜீய விஷயமாகவும், ஜாதீய விஷயமாகவும் அவருடன் நான் அடிக்கடி கலந்து ஆலோசிப்பது உண்டு. அரசியலைப்பற்றியாகட்டும், பொருளாதாரத்தைப் பற்றியா கட்டும், தர்மம், மதசம்பந்தமான விஷயங்களைக் குறித்தா கட்டும், அவர் இதரர்கள் சென்ற வழியைப் பின்பற்றுபவரல்ல. பாரதத்தின் ஜாதீய ஒற்றுமை, சால்பு இவற்றினின்றே நம்முடைய சமூகச் சீர்திருத்தமும் ராஜநீதியும், சமயப் பற்றும் உற்பத்தியாக வேண்டுமென்பது அவருடைய அசையாக் கொள்கையும் நம்பிக்கையுமாகும். இக்காரணங் கொண்டே அவர் வகுப்புச் சண்டைகளையும் விவாதங்களையும் வெறுத்தார். இந்த விஷயத்தில் அவர் கார்ல் மார்க்ஸுக்கு (Karl Marx) நேர் விரோதி. இந்தியாவிலுள்ள சமயங்கள் சம்பிரதாயங்கள் வகுப்புக்கள் யாவும் பரஸ்பரமாக ஒற்றுமைப்பட்டு ஜாதி தர்மம், வகுப்பு இவற்றை மீறி இந்தியர் என்ற பெயரில் நாம் ஸ்வராஜ்ய இயக்கத்தில் சேரவேண்டுமென்ற ஆசையை அவர் சாவளவும் போஷித்து வந்தார். ''உடன்படிக்கையினால் சமய ஒற்றுமையோ வகுப்பு ஒற்றுமையோ ஏற்படாது. இவையெல்லாம் உயர்ந்த உணர்ச்சிகளினால் ஏற்பட வேண்டுமே ஒழியக் கட்டுத் திட்டங் களினால் ஏற்பட மாட்டா'' என்று சொல்லி அவருடைய கொள்கை வெறும் ஆகாயக் கோட்டையென்று அசட்டை செய்தனர் சிலர். ''ஒருவருக்கொருவர் விட்டுக் கொடுக்காது போனால் அரை நிமிஷங்கூட நாம் இவ்வுலகில் வாழ்வை நடத்த முடியாது. இந்த மனித ஸமூகம் அத்தகையதோர் ஒற்றுமை இராவிட்டால் கட்டாயம் அழிந்தேவிடும்'' என்று தேச பந்து அவர்களுக்குப் பதிலுரைத்தார். இல்லறத்திலும் சரி, நண்பர் களிடமும் சரி, ஸமூக வாழ்க்கையிலும் சரி, அரசியலிலும் சரி, ஒவ்வொரு நிமிஷமும், மதபேதங்களில் ஒரு ஸமரஸம் ஏற்படா விட்டால் ஒன்றுபட்டு மனிதரால் வாழமுடியாது. உலகத்தின் ஒரு மூலையிலிருந்து மற்றொரு மூலைக்கு வாணிபம் நடப்பது கூட ஓர் உடன்படிக்கையின் பேரில்தான். அன்பு அனுதாபம் இவற்றின் வாசனையே இராதுபோனால் உலகத்தில் ஒன்றுமே கைகூடாது.

இந்தியாவில் தோன்றிய ஜனநாயகர்களிடையே தேச பந்துவைப்போல் இஸ்லாமின் மீது ஸ்நேகப்பான்மை கொண்டவர் எவருமே இல்லையென்று கட்டாயமாகச் சொல்லுவேன். ஆனால் இதே தேசபந்து தாரகேச்வர ஸத்யாக்கிரஹ இயக்கத்தின் முன்னணியில் நின்றார். ஹிந்து தர்மத்திற்கு அவர் பிராண னையும் விடச் சித்தமாயிருந்தார். அப்படியிருந்தும் அவரிடம் மூடவைராக்கியம் அணுவளவும் கிடையாது. ஹிந்துக்களின் தலைவர்கள் மனத்தைத் தொட்டுப் பார்த்துச் சொல்லட்டும்; தங்களுக்கு முஸ்லீம் த்வேஷம் இல்லையென்று? முஸ்லீம் தலைவர்களாகட்டும் உண்மையாகச் சொல்லுவார்களா, தங்களுக்கு ஹிந்துக்களின் மீது வெறுப்பில்லையென்று? தேசபந்து வைஷ்ணவ ஸம்பிரதாயத்தைத் தழுவியவர். ஆனால் அவருடைய ஹ்ருதய ஸ்தலத்தில் எல்லாச் சமயங்களுக்கும் இடம் அளிக்கப்பட்டது. உடன்படிக்கைகளினால் விவாதங்கள் முடிவடைந்தாலும் தம்முடைய அன்பினாலும் ஆதர்சத்தினாலுமே இந்த இரு தரத்தாரிடையே உண்மையான ஐக்கியம் ஏற்படுமென்பது அவருடைய திடமான நம்பிக்கை. இதனால் அவர் நற் பயிற்சியின் மூலமாக இந்த இரு சமயத்தாரிடையே மைத்ரீ பாவம் (நட்பை) நிலைநாட்ட முயன்றார். ஹிந்துக்களின் பண்பிலும், முஸல்மான்களுடைய பயிற்சியிலும் ஒற்றுமை தோன்றும்படியான விஷயங்களை ஆராய்ந்து சிறையில் மௌலானா ஆக்ராம்கானுடன் அவர் அடிக்கடி ஆலோசனை செய்வார். ஹிந்து - முஸல்மான் ஐக்கியத்தை விவரிக்க மௌலானா ஆக்ராம்கான் கூட ஒரு புஸ்தகம் எழுத ஒப்புக்கொண்டதாக எனக்கு ஞாபகம்.

''உயர்ந்த வகுப்பாரின் நன்மைக்காக அல்ல; எளிய மக்களுக்கு உதவி செய்யவும், அவர்களுடைய மங்களத்தின் பொருட்டும் ஸ்வராஜ்யம் வரப்போகிறது.'' இவ்வாறு தேசபந்து பகிரங்கமாகப் பிரசாரம் செய்வார். உயர்ந்த வகுப்பைச் சேர்ந்த எந்தத் தேசத் தலைவரும் இப்படி அவரைப்போல் தீரத்துடன் சொன்னதாகத் தெரியவில்லை. ''பொது மக்களுக்கே விடுதலை'' என்ற பேச்சு இப்போது புதிதல்ல. ஐரோப்பாவில் வெகு காலங்களுக்கு முன்பே இந்த முழக்கம் கேட்டது. ஆனால் பாரத தேசத்திற்கு இது புதுமையாக இருக்கலாம். இதையே ஸ்வாமி விவேகானந்தரும் தம்முடைய 'வர்த்தமான பாரதம்' என்ற

ஒப்பற்ற நூலில் முப்பது வருஷங்களுக்கு முன்பே எழுதிவிட்டுச் சென்றார். ஆனால் ஸ்வாமிஜீயின் தீர்க்கதரிசனம் நிரம்பிய வாக்கின் எதிரொலிகூட நமது அரசியல் அரங்கில் இன்னும் கேட்கவில்லையே!

தேசபந்து தாஸ் சிறையினின்று விடுபட்டது முதற் கொண்டு உயிர் விடுமளவும் பிரசாரம் செய்த ஒவ்வொரு விஷயமும், அவர் காராக்ருஹத்தில் இருக்கையில் தீர்க்கமாக ஆலோசனை செய்யப்பட்டதே. நடு நடுவே என்னையும் கலந்துகொண்டு அந்த விஷயங்களைப்பற்றி ஆராய்வார். சட்டசபையினுள் புகும் ஸங்கல்பம் அவ்விடத்தில்தான் ஊர்ஜிதமாக்கப்பட்டது. இந்த விஷயமாக மூண்ட அநேக தர்க்கங்களுக்குப் பிறகே நானும் அவருடைய கொள்கைக்கு இசைந்தேன்.

சட்ட சபைப் பிரவேசத்தைப்பற்றிச் சிறையில் எதிர்க் கக்ஷிவாதம் பலத்து இருந்தது. ஆங்கிலத் தினசரிப் பத்திரிகை, ஒன்று வெளியிடுவதைப் பற்றிய தீர்மானமும் சிறையிலேயே ஏற்பட்டது. ஆனால் துக்கப்படக்கூடிய விஷய மென்ன வென்றால், அவர் கொண்டிருந்த மஹத்தான ஸங்கல்பங்கள் எத்தனையோ இன்னும் காரியத்தில் பரிணமிக்காமல் வியர்த்த மாகி விட்டன.

ஜெயிலில் நடந்த இன்னும் ஒரு சம்பவத்தை இங்கே நான் எடுத்துச் சொல்லாமல் இருக்க முடியவில்லை. அது, கைதிகளின் மீது தேசபந்துவுக்கு உள்ள அன்பு. பிரஸிடென்ஸி ஜெயிலிலிருந்து நாங்கள் ஆலிபுரத்துச் சிறைக்கு மாற்றப்பட்டோம். அங்கே எங்களுடைய விடுதியில் மதுர் என்னும் கைதி ஒருவன் வேலை செய்து வந்தான். அவன் ஒரு பழைய ஆசாமி. அவன் சாதாரண மான திருடன் அல்ல; பகல் கொள்ளைக்காரன். சுமார் ஏழு எட்டுத்தரம் மண்ணுக்குப் போனவன். இதர கொள்ளைக்காரர் களைப்போல் இராமல் அவன் இளகிய மனமுடையவன். கொஞ்சநாள் பழகும்போதே தேசபந்துவிடம் அவனுக்கு அளவற்ற மரியாதையும் பக்தியும் ஏற்பட்டன. அவரை, "பாபா" (அப்பா) என்றே அழைப்பான். மதுரனிடமும் தேசபந்து அனு தாபமும் வாஞ்சையும் கொண்டார். வரவர எங்களிடமும் அவனுக்குப் பற்றுதல் ஏற்பட்டது. தேசபந்துவுக்குப் பகலிலும் இரவிலும் கால்களை வருடித் தொண்டு புரியும்போது மதுர் தன்

பூர்வ விருத்தாந்தங்களையெல்லாம் மறைக்காமல் சொல்லுவான். அவன் சீக்கிரத்திலேயே விடுபடப் போவதை அறிந்து தேசபந்து அவனுக்கு நன்மதி கூறி, விடுதலை அடைந்ததும் தாமே அவனை வைத்துக் கொள்வதாக அவனிடம் சொல்லி இருந்தார். இதனால் அவனைக் கொடிய பழக்கங்களிலிருந்து திருப்பி, மனம் பழைய விஷயங்களில் செல்லவிடாமல் பாதுகாக்க வேண்டு மென்பது தேசபந்துவின் கருத்து. மதுரனும் அவருடைய நற்போதனைகளைக் கேட்டு அவருடனேயே காலங் கழிக்க இஷ்டப்பட்டான். தீய வழிகளில் மனத்தைச் செலவிடக் கூடாதென்ற உறுதியும் அன்றே கொண்டான்.

அவன் சிறைமீண்ட தினத்தன்றே தேசபந்து ஆட்களை அனுப்பி அவனைத் தம்மிடம் அழைத்துக் கொண்டார். அதற்கப்புறம் மூன்று வருஷகாலம் அவன் அவருடனேயே இருந்தான். அவருடைய பரிசாரகனாக இந்தியா முழுவதும் அவருடன் சுற்றியிருக்கிறான். பழைய கைதியென்று அவனைச் சில நாட்கள்வரை போலீஸார் கவனித்து வந்தனர். உண்மையில் தேசபந்துவின் ஆதரவில் அவன் காலங் கழிப்பதைப் பார்த்து அவனுடைய குணம் முற்றும் மாறிவிட்டிருக்குமென்று எண்ணிப் பின்பற்றுவதை நிறுத்திக் கொண்டனர். ஜெயில் ஜமாதார் அவனைச் சந்திக்கும் போதெல்லாம், ''உனக்கென்ன குறைவு? பெரிய மனஷ்யனாகப் போய்விட்டாய்!'' என்று வியந்து சொல்லு வான். மதுர் இனிமேல் பழைய வழிக்குத் திரும்பமாட்டா னென்றே நாங்களெல்லோரும் நம்பியிருந்தோம். ஆனால் தேசபந்து கண்ணை மூடிக் கொண்ட பிறகு நான் அவனைப் பற்றிக் கேள்விப்பட்டதாவது; தார்ஜீலிங்கில் அவர் இருந்த சமயம், கல்கத்தாவில் எஸ்ஸா ரோடில் உள்ள அவருடைய மாளிகையில் அநேக வெள்ளிப் பாத்திரங்களைக் களவாடிக் கொண்டு தலைமறைந்து விட்டானாம். இந்த அதிசய ஸமா சாரத்தைக் கேட்டதும் எனக்கு 'லே மிஸரபில்ஸ்' (Les Miserables) கதையின் கவனமே வந்தது. அவருடனேயே அவன் இருந்திருந் தால், இப்படிச் சீர்கெட்டுப் போயிருக்கமாட்டான். சற்று நேர மனோ துர்ப்பலத்தினால் அவன் இந்த ஹீனமான காரியத்தைச் செய்தானென்று சொல்வேன். தேசபந்து உயிருடன் இருந்திருப்பா ரேயானால் ஒருநாள் இராவிட்டாலும் ஒருநாள் அவருடைய காலடியில் விழுந்து தன் தவற்றை மன்னித்து அருளும்படி

வேண்டிக்கொள்ளாமற் போயிருக்கமாட்டான். இப்போது அவன் எந்தமாதிரி வாழ்க்கையை நடத்துகிறானோ அது பகவானுக்குத் தான் வெளிச்சம்.

ஒருவர் பாரிஸ்டராகவும், உதார மனம் படைத்தவராகவும், பரம வைணவராகவும், சிறந்த அரசியல் ஞானியாகவும், திக்விஜயம் செய்த வீரராகவும் ஏக சமயத்தில் இருப்பது சாத்தியமா? இக்கேள்வி இயற்கையாகவே எல்லோர் மனத் திடையும் எழும். நர தத்துவ ரீதியில் இதற்கு விடைதரப் பார்க்கிறேன்; ஆரியர், திராவிடர், மங்கோலியர் இம்மூன்று ஜாதியாரின் ரத்தக் கலப்பிலிருந்து இப்போது இருக்கும் வங்காளி ஜாதி உற்பத்தியாகி இருக்கிறது. ஒவ்வொரு மூல ஜாதியாருக்கும் தனிப்படையான குண விசேஷங்கள் உண்டு. ரத்தக் கலப்பு ஏற்பட்டவுடன் குணக் கலப்பும் தோன்றுகிறது. இந்த ரத்தக் கலப்பினால் வங்காளிகளிடையே விசித்திர மனோபாவங்களும் ஸர்வமுகமான மேதையும் வெளியாகின்றன. ஆரியர்களின் சமயப் பற்றும் உயர்ந்த ஆதர்சங்களும், திராவிடர்களின் கலைச் செருக்கும் பக்தியும், மங்கோலியரின் நுண்ணறிவும் கைத்திறனும் வாஸ்தவத்தை நம்பும் மனப்பான்மையும் இன்று வங்காள ஜாதி யென்னும் பெரிய சமுத்திரத்தில் வந்து ஸங்கமமாகின்றன. ஒரே சமயத்தில், கூர்மையான புத்தியுடையவர்களாகவும், கற்பனை உலகில் வாழ்பவர்களாகவும், மாயா வாதத்தைத் துவேஷிப்பவர் களாகவும் ஆதர்சங்களைப் பின்பற்றுபவர்களாகவும் அனுகரணப் பிரியர்களாகவும், மூலப்பொருள்களை ஸ்ருஷ்டிக்கும் ஆற்றல் உடையவர்களாகவும் இவர்கள் இருப்பது இந்த ரத்தக் கலப்பின் விளைவேயாம். எந்த ஜாதியின் ரத்தம் ஒருவனுடைய உடலில் செல்கிறதோ அந்த ஜாதியின் பயிற்சியும் குணங்களும் ஸம்ஸ் காரங்களாக அவனது மனத்திடையே படிகின்றன. வங்காளிகள் ஒரு ஜாதியாக மாறிவிட்டதால் அவர்களுடைய பண்பு (Culture) தனிப்படையாக நிற்கிறது. வங்காளத்தின் சரித்திரத்தையும், அதன் இலக்கியத்தையும் முற்றும் அறிந்தவன், இதை ஒப்புக் கொள்ளாமற் போகான். வங்காளிச் சமூகம் ஆரிய ஸமுதாயத்தின் ஒரு பிரிவானாலும் அதற்கென்றே தனியான உருவம் ஒன்று இருக்கிறது. ஸ்வாமி தயானந்தர் தம்முடைய புத்தி பலத்தினால் வட இந்தியாவை வென்று, ஆர்ய ஸமாஜ இயக்கத்தை நடத்திக் காட்டினார். ஆனால் அவருடைய இயக்கம் வங்காளம் வரைக்கும்

பலனளிக்காதிருப்பதேன்? காளியின் பக்தரான ராமகிருஷ்ண பரம ஹம்ஸரை இன்று வங்காளிகள் அவ்வளவு சிரத்தையுடனும் பக்தியுடனும் எதற்காகத் தொழுகின்றனர்? வங்காளத்தில், குடும்பத்தைச் சேர்ந்தவர்கள் எல்லோருக்கும் தாயபாகம் (சொத்து உரிமை) உண்டென்ற வழக்கம் இருப்பது எதனால்? பௌத்த சமயம் எங்கும் அவமதிக்கப்பட்டுக் கடைசியில் வங்க நாட்டிற்கு வரும்போது எதன்பொருட்டு அதற்கு அடைக்கலம் கொடுக்கப்பட்டது? நவீன நியாய வாதம் வங்காளத்தில் தோன்றியதன் காரணம் யாது? ஆதிசங்கரருடைய மாயா வாதத்தை ஏன் வங்காளிகள் கொள்ளாமல் இருந்தார்கள்? சங்கரருடைய மாயாவாதத்தைக் கண்டித்து அசிந்த்ய பேதா பேத வாதம் ஸ்ருஷ்டிக்கப்பட்டதன் காரணம் என்ன? இந்தக் கேள்விகளெல்லாம் எழும்போது வங்காளிகளின் கல்வியிலும் கொள்கைகளிலும் ஸ்வதந்திரமான ஒரு போக்கும், தனியான விசேஷமும் இருப்பது நன்கு விளங்குகிறது. வங்காளிகளின் கல்விப்பயிற்சியில் மூன்று தாரைகள் ஓடுகின்றன: (1) தந்த்ரங் களைப்பற்றிய ஞானம். (2) வைஷ்ணவ தர்மம், (3) நவீன நியாய வாதமும், ரகுநந்தனரின் வழக்க நூலைப் பின்பற்றிய வாழ்க்கை நடவடிக்கையும் (ஸ்ம்ருதி), நியாய சாஸ்திரம், ஸ்ம்ருதி இந்த விஷயங்களில் வங்காளத்தின் நாடி ஆர்யா வர்த்தத்துடன் ஒன்று சேர்ந்திருப்பதாகத் தெரிகிறது. வைஷ்ணவ தர்மத்தை எடுத்துக் கொள்ளின் தக்ஷிணத்தவர் களுடன் வங்காளிகளின் பிராணன் சேர்ந்தே பிரகாசிக்கிறது. தந்த்ர மார்க்கத்தை ஆராயுங்கால், திப்பத், பர்மா, ஹிமாலயச் சாரலைச் சேர்ந்த நாட்டவர்களுடன் வங்காளிகளுக்குள்ள சம்பந்தம் தென்படும்.

நவீன நியாய சாஸ்திரத்திலுள்ள பயிற்சியே வங்காளி களுக்குத் தர்க்கம் புரியும் ஸ்வபாவத்தை அளித்திருக்கிறது. இந்த இயல்பு தேசபந்துவிடமும் தோன்றி அவரை ஒரு பெரிய நியாயவாதியாக (பாரிஸ்டர்) ஆக்கியது. மூளையைக் கலக்கும் படியான பிரச்னைகளைச் சிக்கறுப்பதே தர்க்க நிபுணர்களின் தொழில். பழைய நியாய சாஸ்திரங்களில் தேசபந்துவுக்குத் தேர்ச்சி இருந்ததோ இல்லையோ அது எனக்குத் தெரியாது. ஆனால் மேல்நாட்டுத் தர்க்க சாஸ்திரத்தை (Logic) அவர் கற்றறிந்தவர். பெரிய தர்க்க பண்டிதர்களைப்போல் புத்தியைப் பிரமிக்கச் செய்யும் வாதங்களைப் புரிவார்; தங்குதடையற்ற

சொல் வன்மையால் எதிரிகளைச் சுலபமாக முறியடிக்கும் திறமை வாய்ந்தவர். இருநூறு ஆண்டுகளுக்கு முன்பு நவத்வீபத்தில் ஜனித்திருப்பாராயின் இந்த நாவுக்கரசர் உலகம் போற்றும் நியாயவாதியாகவும் தர்க்க பண்டிதராகவும் சோபித்து இருப்பாரென்பதில் ஐயமே இல்லை.

வங்காளத்தின் வைஷ்ணவ தர்மமும், த்வைதா த்வைத மதமும் தேசபந்துவைக் கேடான நாஸ்திகத்திலிருந்து விடுவித்து, கடினமான வேதாந்தத்தில் புகுத்தி, பக்தி மார்க்கத்திற்கு இழுத்துச் சென்றன. தத்துவஞானி என்ற பேரில் அவர், அசிந்த்ய பேதா பேத வாதமென்னும் கொள்கையே எல்லாவற்றையும் விடச் சிறந்த சமயமென்று கருதினார். சில விஷயங்களில் ஒரு ஸந்யாஸியைப்போல் நடந்துகொண்டாலும் அவர் ஸந்யாஸ தர்மம் பூண்டவரல்ல. 'கடவுள் இருப்பது எவ்வளவு உண்மையோ, அவருடைய திருவிளையாடலும் அவ்வளவு உண்மை. பிரஹ்மம் ஸத்யமானால் ஜகத் (பிரபஞ்சம்) மித்யை அல்ல. பகவானை அடைய வேண்டுமானால், ரூபம், ரஸம், கந்தம், சப்தம், ஸ்பர்சம் இவ்வைந்து இந்த்ரிய நுகர்ச்சிகளையும் துறக்க வேண்டிய அவசியமில்லை. பகவானுடைய லீலை அனந்த மானது. அந்த லீலை நிகழும் அரங்கு வெளியுலகு மட்டுமல்ல; மனிதனுடைய அந்தக் கரணத்திலுந்தான். (அகத்திலும்). மனுஷ்யனுடைய ஹ்ருதயமே நித்திய பிருந்தாவனம். அந்தப் பிருந்தாவனத்தில்தான் ஜீவன் பகவானுடன் ஐக்கியமாகிறது; ராதையுடன் (ஜீவாத்மா), கிருஷ்ணன் (பரமாத்மா) அந்த லீலையை நடத்துகிறான். பகவான் ரஸமயமானவன் (சுவைகள் நிரம்பியவன்). அதனால் ரஸங்களின் மூலமாகத்தான் அவனை அறியமுடியும். இவ்வாறான நம்பிக்கையை எவன் கொண்டுள்ளானோ அவன் 'நேதி' மார்க்கத்தைச் சேர்ந்தவனாகான் (அதாவது கடவுள் இதுவுமல்ல, அதுவுமல்ல என்று ஆராயும் ஸாங்க்யவாதி அல்ல). உண்மையில் தேசபந்து உலகத்தையே தமது குடும்பமாகக் கருதினார் (வஸுதைவ குடும்பகம்). இந்த மனப்பான்மையால்தான் மனித வாழ்க்கையின் அடிப்படையான உண்மையை அவரால் பூர்ணமாகத் தெரிந்து கொள்ள முடிந்தது. த்வைதாத்வைதக் கொள்கையைக் கடைப்பிடிப்பதனால் வாழ்வில் தோன்றும் விரோதங்கள் யாவும் நசித்து எங்கும் ஒற்றுமையும் அவருக்கு அசையாத நம்பிக்கை வைஷ்ணவ தர்மமே

அவருடைய ஜீவனின் கடைசிப் புகலிடமாக இருந்தது. ராஜநீதி, பொருளாதாரம், விஞ்ஞானம், தத்துவம், இலக்கியம், சமயம் இவையாவும் தனித்தனியான விஷயங்கள் அல்ல, ஒன்றுக் கொன்று ஸம்பந்தம் உடையவை. இவற்றில் ஒன்றை விலக்குதல் செய்தாலும் வாழ்க்கை எத்திசையும் நிறைந்து விளங்காது; குறையாகவே நின்றுவிடும்.'

தர்சன தத்துவத்தில் ஏற்பட்ட பற்றுதலினால் அவர் சமயக் கோட்பாடுகளில் ஏற்படும் பேதங்களையும் விரோதங் களையும் மறந்துவிட்டார். இந்தத் தத்துவ த்ருஷ்டியே அன் பென்னும் வடிவில் அவரது வாழ்க்கையில் பிரகாசித்து எல்லோரி டத்திலும் மைத்ரீ (நட்பு) பாவத்தைப் பரவச் செய்தது. வாழ்க்கையின் ஒவ்வொரு துறையையும் ஒன்றென நோக்கும் தன்மையே அவரிடம் இருந்தது. இதுவே காரியத்திலும் உலக விவகாரங்களிலும் பேதித்த கொள்கை உடையவர்களிடையே ஐக்கிய ஸ்தாபனம் செய்ய அவரைத் தூண்டியது. தம்மிடத்தில் சூதுவாது இல்லாமற் போகவே பிறரிடமும் அத்தகைய தீயகுணங்கள் இருக்கப் பொறார். கொடைமடம் புரிந்தாரென்று யாராவது அவர்மீது குறைகூறினால் அதற்கு அவர், 'நான் சுத்த முட்டாளென்று நீங்களெல்லாம் நினைப்பீர்கள். என்னை ஏமாற்றிப் பணத்தை வாங்கிக்கொள்கிறார்கள்; அது தெரியா மலில்லை எனக்கு. கொடுக்கவேண்டியது எனது கடமை, அதனால் கொடுக்கிறேன். அதைப் பெறுகிறவர்கள் தகுதி யுள்ளவர்களா இல்லையா என்பதை விசாரிக்க மேலே ஒருவன் இருக்கிறான். எனக்கு அந்தக் கவலை வேண்டாம்'' என்பார்.

வங்காளிகள் எந்தத் தந்த்ரத்தின் உபதேசத்தினால் மஹா சக்தியை உபாஸிக்கும் வழியைக் கற்றுக்கொண்டார்களோ அதே தந்த்ரத்தின் பிரபாவத்தால் தேசபந்துவும் அஸாதாரணமான தேஜஸை உடைய வீரரானார். ஆனால் யாதொரு தந்த்ர ஸாதனையும் அவர் பழகவில்லை. அப்படிச் செய்திருப்பதாக ஞாபகம் இல்லை. குலாசாரம், வீராசாரம், சக்ரானுஷ்டானம் போன்ற தந்த்ர மார்க்கங்களின் மூலமாகத்தான் ஒருவன் சக்திமானாக முடியுமென்று நான் சொல்ல வரவில்லை. தந்த்ரத்தின் ஸாரம் சக்தி பூஜை. உலகத்தின் மூல உண்மையாக இருப்பது ஆதி சக்தி. எது ஆக்கல் (ஸ்ருஷ்டி), காத்தல் (ஸ்திதி),

அழித்தல் (ஸம்ஹாரம்) என்னும் மூன்று காரியங்களையும் செய்கின்றதோ, எது பிரஹ்மா, விஷ்ணு, மஹேசுவரன் என்ற த்ரிமூர்த்திகளை உண்டாக்கியதோ அந்தப் பரம்பொருளையே இந்தச் சக்தி உபாஸகர்கள் அன்னையின் வடிவில் தொழுது வழிபடுகின்றனர். வங்காளிகள் தந்த்ர சாஸ்திரத்தில் ஊறினவர் களானதால், அன்னையின் மஹிமா குண கீர்த்தனங்களில் ஈடுபட்டிருக்கின்றனர். சக்தியைத் தாயாகப் போற்றுவதில் பித்துப் பிடித்தவர்கள். உலகத்தில் யூதர், அராபியர், கிறிஸ்தவர் போன்ற ஜாதியாரும் சமயத்தவரும் பகவானைப் பரம பிதாவாகப் பாவித்து இறைஞ்சுகிறார்கள். சகோதரி நிவேதிதா தேவி கூறுவதுபோல், எந்த ஸமுதாயங்களில் நாரியைக் காட்டிலும் புருஷனே முக்கியமாக இருக்கிறானோ அந்த ஸமுதாயங்கள் கடவுளைத் தந்தையாகக் கற்பனை செய்துகொள்கின்றன: ஆடவனைக் காட்டிலும் பெண் தான் பிரதானமென்று கருதும் ஜாதியினர் இறைவனை மாதாவின் வடிவில் பாவித்துக் கொள்கின்றனர். அது எப்படியாவது இருக்கட்டும். வங்காளிகள் பகவானை - ஏன் அவரை மட்டுமா? - வங்கதேசத்தையும், பாரத பூமியையும் அன்னையாகவே உருவகப்படுத்தி, பக்தியுடன் போற்றுகிறார்கள். இது எல்லோருக்கும் தெரிந்த விஷயமே. நாட்டைத் தாயாக நாம் கருதுகிறோம். ஆனால் ஆங்கிலத்தில் தேசத்தை 'Fatherland' (தந்தையர் நாடு) என்கிறார்கள. ஆனால் தாய் வயிற்றில்தானே நாம் பிறக்கிறோம். ஆகையால் நாம் பிறந்த நாட்டைத் 'தந்தையர் நாடு' என்று சொல்வது உசிதமன்று.

வங்காளத்துச் சிரேஷ்ட இலக்கிய கர்த்தர்களின் ரசனைகளில் தேசத்தை மாதாவாகப் போற்றும் பாவமே தலைசிறந்து விளங்குகிறது.

பங்கிம் சந்த்ரரின் இணையற்ற 'வந்தே மாதர' கீதத்தில்,

[4]ஸுஜலாம் ஸுபலாம் மலயஜ சீதலாம்
சஸ்ய ச்யாமலாம் மாதரம்

---

4. இனிய நீர்ப்பெருக்கினள்
இன்கனி வளத்தினள்
தனி நறு தண்காற் சிறப்பினள்
பைந்நிறப் பழனம்பரவிய வடிவினள்
வாழிய அன்னை -

என்று மாதாவைத்தான் புகழ்ந்து பாராட்டியிருக்கிறது.

த்விஜேந்த்ரலால் ராய் அவர்களின்

[5]யே தின ஸுநீல ஜலதி ஹஇதே, உடிலோ
ஜந நீ பாரதவர்ஷ

என்ற தேச ஸ்துதியிலும், ரவீந்த்ரநாத டாகுர்.

[6]ஓ ஆமார் ஜன்மபூமீ, தோமார் பாயே
டேகாயி மாதா;
தோமாதே விச்வமயீர், தோமாதே விச்வமாயேர்
ஆஞ்சல பாதா

என்று பாடியிருக்கும் ஸ்வதேசப் பாடலிலும் மாதாவின் கீர்த்தியே பிரஸித்தமாக த்வனிக்கிறது.

இவர்களெல்லாம் தந்த்ரத்தில் சொன்னபடி தேசத்தை மாதாவாகவே கொண்டாடுகிறார்கள். தேசபந்து மாத்ரு ரூபத்தில் விச்வாஸம் உடையவர். குடும்ப வாழ்க்கையில் அவர் கொண்டிருந்த மாத்ருபக்தி எல்லோருக்கும் தெரிந்த விஷயமே. ஆலிபுரத்துச் சிறையிலிருக்கையில் அவர் பங்கிம் சந்த்ரரின் நூல்களைப் படித்து எங்களுக்கு அவற்றின் உட்கருத்தை விளக்கிக்காட்டுவார். அன்னையின் வடிவை மூன்றுவிதமாகப் பங்கிம் வர்ணித்திருப்பதைப் படித்து அவர் அடிக்கடி இன்புறு வார். சில சமயம் உடலில் ரோமம் சிலிர்க்கத் தன்மயமாகி அதையே நினைந்துருகுவார். அந்த நிலையில் அவரைப் பார்க்கும்போது, ‘இவரது ஆழ்ந்த மாத்ரு பக்தி என்னே!’ என்று எங்களுக்கெல்லாம் தோன்றும். அவர் நடத்திய ‘நாராயண்’ என்ற பத்திரிகையில் வைஷ்ணவ தர்ம ஸம்பந்தமான கட்டுரைகள் எப்படி எழுதினாரோ அதுபோலவே சாக்த மதத்தைப்பற்றியும் சிந்தனை நிரம்பிய அரிய கட்டுரைகளை எழுதியுள்ளார். துர்க்கா

---

5. நீலக் கடலில் என்று தோன்றினளோ
எம் அன்னை பாரத தேவி.

---

6. பிறந்த நாடே! உன் காலடியில் தலை வணங்குகிறேன். எங்கும் நிறைந்தவள் நீயே! அகில சராசரத்தை ஈன்றவளும் நீ. என்னைப் பெற்ற தாய்நாடே!

பூஜையைப்பற்றி, 'நாராயணி'ல் வந்த அவருடைய சில கட்டுரைகள் உயர்தரமான பாவங்கள் மிளிரும் இலக்கிய ஸ்ருஷ்டியென்றே கூறலாம்.

தேசபந்துவின் குடும்ப வாழ்க்கையில் இந்த மாத்ரு பக்தி தென்பட்டது. பெண்களுக்குக் கல்வி அவசியம், அவர்களும் சுதந்திரம் பெறவேண்டும் என்று அவர் சொல்லுவார். சங்கரரின் 'நாரீ நரகஸ்ய த்வாரம்' (பெண் பாலார் நரகத்திற்கு வழி காட்டுபவர்) என்ற கொள்கையை அவர் முற்றும் வெறுப்பவர். வங்காளத்தின் நாகரீகம், கல்வி இவற்றின் சாரத்தினின்று ஒரு மனுஷ்யன் தோன்றினால் அவன் எவ்வாறு இருப்பானோ அவ்விதமே தேசபந்துவும் இருந்தார்.

அவருடைய குணங்கள் வங்காள ஜாதியினரின் குணங்களே யாகும். அவரிடம் தோஷமிருந்தால் அது வங்காளிகளின் தோஷமே. வங்காளியாகப் பிறந்ததே அவருடைய வாழ்க்கையின் மகத்தான கௌரவம். இதனால் அல்லவோ அவர் வங்காளி ஜாதியைத் தம் கண்ணாகப் பாவிக்க நேர்ந்தது. ''நல்லது கெட்டது இருந்தாலும் வங்காளிகள் வங்காளிகளே'' என்று அடிக்கடி சொல்லுவார். பாவத்தில் துழாவும் ஜாதி நம்முடையது. இதுவே நாம் பெருமை கொள்ளக்கூடிய விஷயம். இதற்காக வெட்கப்பட வேண்டிய காரணமே இல்லை'' என்பார்.

'வங்காளிகளிடையே தனியான குண விசேஷம் ஒன்று இருக்கிறது. அவர்களுடைய இயற்கை அழகிலும் இலக்கியச் செல்வத்திலும், ஆடல் பாடல்களிலும் நடத்தையிலும் அது உருவெடுத்து நிற்கிறது.' இந்த வார்த்தைகளைத் தேசபந்துவைப் போல் அழுத்தந் திருத்தமாக அவருக்கு முன்னர் எவரும் கூறியதாகத் தெரியவில்லை. இது அவருடைய சொந்தமான கருத்தன்று; பங்கிம் பூதேவ முகர்ஜி போன்ற அறிவாளிகள் இக்கருத்தையே இலக்கியத் துறையிலும் கல்வித்துறையிலும் புகுத்தி ஒரு விதமான தனித்தன்மையை வெளிக்காட்டினார்; அதையே தேசபந்துவும் அனுசரித்தார். அவர் கொண்டிருந்த ஆழ்ந்த எண்ணங்கள், 'நாராயண்' என்ற பத்திரிகையில் வெளியான அவருடைய கட்டுரைகளிலிருந்து வெளியாகின்றன. தாம் கண்டறிந்த உண்மைகளைப் பிரசாரம் செய்ய அவருக்கு எவ்வளவோ பொருட் செலவும், சரீர கஷ்டமும் ஏற்பட்டன.

என்றென்றும் இதற்காக அவரிடம் நன்றி பாராட்டுவது வங்காளி களின் கடமையாகும். என்வரைக்கும் திடமாகச் சொல்லுவேன்: வங்காளிகளின் குண விசேஷத்தை அவருடைய வாய் மொழி யினின்றும், ரசனையிலிருந்துமே நான் கண்டறிந்தேன்.

மனுஷ்ய ஜாதியின் நற்பயிற்சி (Culture) ஒன்றா பலவா? இந்தக் கேள்வியை அநேகர் எழுப்புகிறார்கள். சிலர் நற்பயிற்சியில் பேதங்களாவது நிலைகளாவது கிடையாதென்கிறார்கள். 'கல்சர்' ஒன்றே என்று சொல்லும் இவர்கள் அத்வைத வாதிகள். மற்றும் சிலர் நற்பயிற்சியிலும் ஜாதி வேற்றுமை இருக்கிறதென்றும், அது பல நிலைகளுடைய தென்றும் சொல்லுகிறார்கள். இவர்கள் த்வைத வாதிகள். ஆனால் தேசபந்து இந்த இரண்டு கோஷ்டி களிலும் சேராத த்வைதாத்வைத வாதி. நற்பயிற்சி பலமுகமானது; ஆனாலும் அது ஒன்று தான். மானிடரிடத்தில் தென்படுவது ஒரே 'கல்சர்.' ஆனாலும், புலப்படுத்தும் விதங்கள் பலவாக இருக் கின்றன: வைசித்திரியத்தின் மூலமாக நற்பயிற்சி விகசமாகிறது. ஓர் உத்தியானவனத்தில் பல்வேறு விருக்ஷங்கள் இருக்கின்றன. இனத்திற்குத் தகுந்தவாறு அவை பூக்கின்றன. காய்க்கின்றன. மனித ஸமூகத்திலும் இதுபோலவே பல ரூபமாகக் 'கல்சர்' வெளிப்படுகிறது. அநேக விதமாகப் பூக்கும் விருக்ஷங்கள் சேர்ந்தால்தானே ஓர் உத்தியான வனமாகிறது. பலவிதமான பயிற்சிகளின் கலப்பே மனுஷ்ய வர்க்கத்தின் 'கல்சர்' ஆகும். ஒவ்வொரு ஜாதியாரும் தங்களுடைய 'கல்சரை'ச் செம்மைப் படுத்துவதனால் உலகத்தவரின் 'கல்சர்' புஷ்டியாகிறது. ஸ்வஜாதிவின் முன்னேற்றத்தையும் அதன் கல்வித் திறனையும் புறக்கணித்தால் உலக நன்மை ஒருகாலும் விளையாது. தேசபந்துவின் ஸ்வதேச ப்ரேமையே முடிவில் உலக நன்மையில் பற்றாக மாறிற்று. இதற்காக அவர் சுயநாட்டின் பேரிலிருந்த வாஞ்சையைத் துறந்தாரா? இல்லை. ஸ்வதேசப் பற்று அவரைத் தன்னலம் கருதும் மனிதனாகச் செய்யவும் இல்லை. ஸ்வதேசத்தின் மீதுள்ள ஆசையினால், பிறந்தகமாகிய வங்கத்தை அவர் மறக்கவு மில்லை. பிறந்தகத்தைப் பார்த்துக்கொண்டு பாரததேசத்தை கவனியாமலுமில்லை. தம் உயிரைப்போல் வங்கநாட்டைப் பாவித்துவந்தார். ஆனாலும் அவருடைய பற்று அதன் நான்கு எல்லைகளுக்குள்ளே அடங்கி இருக்கவில்லை. வங்காளத்திற்கு வெளியிலும் தேசபந்துவுடன் உழைத்தவர்கள் சிலர், அவருடைய

நட்பு ஏற்பட்ட சில தினங்களுக்குள்ளே அவரது விசால ஹிருதயம் தங்களை ஆகர்ஷித்துவிட்டதாகக் கூறுகிறார்கள். மஹாராஷ்ட்ர தேசத்தவர், லோகமான்ய திலகரிடம் காட்டிய பக்தியையும் ஆதரவையும் போலவே தேசபந்துவிடமும் நம் நாட்டினர் அன்பு காட்டினர்.

ஸ்வராஜ்யக் கிளர்ச்சியில் வங்காளம் முன்னணியில் நிற்கவேண்டுமென்பது அவருடைய அவா. வங்காளம் 1920இல் இந்தக் கிளர்ச்சியை மூட்டிய தலைவனைக் கொஞ்ச நாள் இழந்தது. ஆனால் அவருடைய உழைப்பின் பயனாக அது மீண்டும் 1923இல் தலைவனைப் பெற்றது. தேசபந்து தேக வியோகமானதும் வங்காளம் மறுபடியும் தன் நாயகனைப் போக்கடித்துவிட்டது. திரும்பவும் அதை நடத்திச் செல்ல ஒரு மஹாபுருஷன் என்று வருவானோ அது இறைவனுக்கே தெரியும்.

''வங்காள தேசத்திலிருந்து ஒரு கிளர்ச்சியைப் பாரத பூமியில் நடத்தவேண்டுமானால் வங்காளத்தின் சாயல் அந்த இயக்கத்தில் படிந்து இருக்கவேண்டும். ஸத்யாக்ரஹத்தைத் துவக்குவதற்கு முன்பு வங்காளிகளை அதற்கு யோக்கியதை உடையவர்களாகச் செய்யவேண்டும்.'' இவ்வாறு அவர் அடிக்கடி சொல்லுவார். வாழ்க்கையின் கடினமான பிரச்னைகளுடன் போராடினவர்களே அவருடைய மெய்யான வாக்கை ஆமோதிப்பார்கள்.

பொதுஜனங்களின்மீது தேசபந்துவுக்கு இருந்த ஆதிக்கியம் ஆச்சரியகரமானது. இதன் மர்மம் எத்தனையோ பேருக்குப் புரியவில்லை. தாம் பிரதிக்ஞை செய்து கொண்டதைத் தேசபந்து ஸாதித்தே காட்டுபவர். 'மந்த்ரம் வா ஸாதயேயம்; சரீரம் வா பாதயேயம்' என்ற ஸத்யவாணி அவருடைய ஒவ்வொரு ரத்தத் துளியிலும் பரவி ஒலித்தது. ஒரு வழியில் போக ஆரம்பித்து விட்டால் அவரை எவனாலும் திருப்பவே முடியாது. ஸமுத்திர அலை எந்தத் தடங்கலையும் மீறித் தன் வேகத்திலேயே செல்வதை ஒத்து அவர் தம்முடைய லக்ஷ்யத்தை நோக்கிச் செல்பவர். இஷ்ட ஜனங்களின் கண்ணீரோ, சுற்றத்தாரின் அழுகையோ வேண்டுகோளோ அவரைத் திருப்பச் சக்தி யற்றவை. இத்தகைய தெய்விக பலம் அவருக்கு எங்கிருந்து வந்ததோ? அந்தப் பராக்கிரமம் அவர் செய்த ஸாதனைகளின் பயனா?

தேசபந்து சக்தியின் ஸாதகரா யிருந்தாலும் தந்த்ர சாஸ்த்ர ரீதியில் அவர் உபாஸனைகள் செய்யவில்லை யென்று முன்னமே கூறியுள்ளேன். அவருடைய பிராணனே மகத்தானது. விருப்பமோ வரம்பற்றது. ''யோ வை பூமா தத்ஸுகம் நால்பே ஸுகமஸ்தி''[7] இதுவே அவருடைய அகவாக்காக இருந்தது. தாம் விரும்பியதை, அவர் முழு அந்தக்கரணத்துடனே அடையப் பித்துக்கொள்வார். மலையளவு இடையூறுகள் வந்து எதிரே நின்றபோதிலும், அச்சமென்பதே அவருக்கு இல்லை; சற்றும் பின்னடையார். நெபோலியன் போனபார்ட் ஒரு சமயம் தன் எதிரே தடங்கலாக வானளாவி நிற்கும் ஆல்ப்ஸ் பர்வதத்தைப் பார்த்து, "There shall be no Alps'' (எனக்கு இந்த ஆல்ப்ஸ் எம்மாத்திரம்) என்று மொழிந்ததுபோல் இவரும் எல்லாவித விக்கினங்களையும் துச்சமாகவே கருதினார். 'Forward' (பார்வார்ட்) என்னும் பத்திரிகையை நடத்தவும், சட்டசபையைக் கைப்பற்றவும் பெரும் பிரயாசை எடுத்துக் கொண்டது எதை நம்பி என்று நினைக்கிறீர்கள். அவருடைய கையில் சல்லிக் காசுகூட இல்லை; பக்க பலமும் இல்லை.

அவருடைய திடமே இதற்குக் காரணம். அவருடைய பிரயத்தனங்கள் கைகூடுமாவென்று யாராவது சந்தேகப்பட்டால், ''நீங்களெல்லாம் எதன்பேரிலும் நம்பிக்கையற்றவர்கள். உங்களால் எதுவும் ஆகாது. நீங்களெல்லாம் (Pessimists) நைராச்ய வாதிகள்'' என்று அவர்களை நோக்கிச் சொல்லுவார். நான்கூடச் சில சமயம், அவருடைய போக்கைப் பார்த்துச் சங்கை கொள்ளும் போது, என்னை அவர், ''அட இளங்கிழவா!'' என்று பரிஹஸிப்பார். தேசபந்து யுவகர்களின் கையில் சிக்கித் தம்முடைய விருப்பத்திற்கு மாறாகவே தீவ்ர வாதியாக இருந்தாரென்று யாராவது குறைகூறும் பக்ஷத்தில், அவர்கள் தேசபந்துவை நன்றாக அறிந்து கொள்ளவில்லையென்றே சொல்லவேண்டும். வாஸ்தவத்தில் அவர் நூதனமான பிருகிருதியே. யுவர்களின் ஆசைகளையும் அந்தக்கரணத்தையும் நன்கு உணர்ந்தவர். அவர்களுடைய ஸுக துக்கங்களில் பங்கு எடுத்துக் கொண்டவர். அவர்களிடம் அனுதாபம் உள்ளவர். இளைஞரின் கூட்டுறவையே

7. சிற்றின்ப ஸுகம் பரந்துள்ளதிலே இன்பம்; அற்ப விஷயங்களில் அது இல்லை.

ஆவலுடன் நாடுபவர். அவர்களும் அவரை விட்டுச் சிறிது நேரங்கூடப் பிரிந்து இருக்கமாட்டார்கள். இந்தக் காரணங்களைக் கொண்டே முன் ஓர் இடத்தில் நான் அவருக்கு 'இளைஞரின் ராஜா' என்று பெயர் சூட்டினேன்.

அவருடைய தியாகம், பாண்டித்தியம், ஸாமர்த்தியம் முதலிய குண விசேஷங்கள் நாட்டினர் அறிந்தவையே. அவருக்குள்ள அற்புத ஆதிக்கிய சக்திக்கு ஒருகாரணம் இருப்பதை இங்கே எடுத்துச் சொல்லிவிட்டு இக்கடிதத்தை முடித்துக் கொள்கிறேன். தாம் கடைப்பிடிக்கும் தர்மத்தின் ஓர் அங்கமாக தம்முடைய செயல்களை அவர் நினைத்துவந்தார். வைஷ்ணவ தர்மத்தின் உதவியால் அவர் நடத்திய உண்மையான வாழ்க்கையிலும், பின்பற்றிய ஆதர்சத்திலும் ஓர் ஒற்றுமையை நிலை நிறுத்தினார். இந்த ஒற்றுமை உணர்ச்சியே குறுக்கும் நெடுக்குமாக அவருடைய பிராணனில் பரவி இருந்தது. இந்தப் பேரனுபவத்தின் பயனாகத் தம்மை இறைவனுடைய திருவிளையாடலுக்குக் கருவியாகப் பாவித்துக்கொண்டார்.

பிரதிபலனை (நிஷ்காம) எதிர்பாராத தொழிலினால் வரும் சித்த சுத்தியே மனிதனிடம் குடிகொண்டிருக்கும் 'அஹம்' என்னும் பாவத்தை (மமதையை) ஒழித்துவிடுகிறது. இந்த மமதை மறைந்ததும் மனிதன் ஒளி பெற்றவனாகிறான். அப்போது அவனுடைய சக்திக்கு எதிரே ஸாதாரண மனுஷ்யனால் நிற்க முடியாது. தேசபந்துவுக்கும் இந்த உயர்ந்த அனுபவம் ஏற்பட்டது. அவருடைய வாழ்க்கையின் இறுதியில் அவரைப் பலமாகத் தாக்கிய சத்துருக்களும் முதுகெலும்பொடிந்து போனதன் காரணம் என்ன? தேசபந்து எங்கே இருக்கிறாரோ அங்கே வெற்றி திண்ணம்.

அவர் பலவகையான மனிதர்களைக்கொண்டே தம்முடைய வேலையைச் செய்துவந்தார். அவரது ஊக்கத்தினால் வளைந்த பலன்களை நாட்டினரே தெரிந்துகொள்ள வேண்டும். அவர் கொண்ட உயர்ந்த லக்ஷ்யமே அவருக்கு இந்த ஊக்கத்தை அளித்தது. தேசபந்துவை அண்டியவரும் அவர் காட்டிய உயர்ந்த ஆதர்சத்தினால் ஒளி பெற்றனர். கனவிலும் நனவிலும், வாழ்விலும் தாழ்விலும், தேச ஸேவை ஒன்றே அவருடைய தியானமும் அவருடைய தர்ம வாழ்க்கையின் உயர்ந்த படியுமாக இருந்தது.

தேசபந்துவைப் பற்றிச் சொல்லும்போது வேறொருவரைப் பற்றி இங்கே குறிப்பிடுவது மிகவும் முக்கியம். ஸேவையின் உருவமே என்று சொல்லத் தகுந்தவரும், சாந்தியின் பிரதிபிம்ப மானவரும் நம் கண்முன் தேசபந்துவுடன் எப்போதும் நிற்கும் தெய்வாம்சமுடையவருமான ஒருவரைப் பற்றிக் கூறாவிடின் தேசபந்துவின் மஹிமை குறைவாக அல்லவோ நின்றுவிடும். போகத்தின் சிகரத்தை அடைந்த போதுகூட அடக்கத்தையும், பதிஸேவையையும் ஸதிகள் ஒருநாளும் மறவார். விபத்தின் இருள் வந்து சூழும்போது ஹிந்து பதிவ்ரதைகளுக்குத் துணை யாக நிற்பவை அவர்களுடைய கலக்கமின்மையும், பகவத் பக்தியுமே. இந்த ஸ்திரீ தெய்வத்தின் பெருமையை வர்ணிக்க எனக்கு பாஷை போதவில்லை. தேசபந்து இளைஞரின் அரசராக இருந்தார். அவருடைய தர்மபத்னியான வாஸந்திதேவி இளைஞரின் அன்னையாக இருந்தாள். தேசபந்து மறைந்த பிறகு அவள் சிரரஞ்ஜனுக்கு மட்டும் தாய் அல்ல, இளைஞருக்கு மாத்திரம் அன்னை அல்ல, அகில வங்கத்திற்கும் மாதாவாக இருந்தாள். வங்காளிகளின் ஹ்ருதயம் விடும் அர்க்கியம் அவளுடைய பாத பத்மங்களுக்கே உரித்தாகும்.

ஸ்ரீ அரவிந்தருக்காக ஆலிபுத்து வழக்கில் வாதாடும் போது தேசபந்து வீரம் ததும்ப மொழிந்துள்ளார்.

[8]He will be looked upon as the poet of patriotsm, the prophet of nationalism and the lover of humanity. His words will be echoed and re-echoed.

இதையே தேசபந்துவுக்கும் எடுத்துச் சொன்னால் மிகையாகாது.

தேசபந்து தாஸின் ஜீவிய சரித்திரம் இயற்றிய ஸ்ரீயுக்த ஹேமேந்ரநாத் தாஸ்குப்தர் அவர்களுக்கு மாந்தாலய் ஜெயிலிலிருந்து 20-2-26இல் எழுதியனுப்பிய கட்டுரை

---

8. தேசிய கவியாகவும், ஜாதியின் வளர்ச்சியைக் காணும் தீர்க்க தரிசியாகவும், உலகத்தவரின் அன்பராகவும் அவர் போற்றப்படுவார். அவருடைய வாணி எத்திசையும் பரவி எதிரொலிக்கும்.